ORPHAN

HOLD
DO NOT SHIP

H1–000000000083

ISBN 9798898265762

CLIENT	Alternate Sourcing
STATION	TPP Receiving Station 03
HELD	2026–10–02 12:30

SHELF

If its order arrives, scan this label at a receiving station.

இந்திய கலைச்செல்வம்

தொ.மு. பாஸ்கரத்தொண்டைமான்

Made with ♥ on the Notion Press Platform
www.notionpress.com

பொருளடக்கம்

1. காப்பியா வாசிப்பகம் 1

2. அத்தியாயம் 2 47

1

காப்பியா வாசிப்பகம்

உயிரைக் காக்க ஓடாத நாள் வேண்டும்

83 - இனப்படுகொலைக்கு முன் அறவழிப் போராட்டமும், ஆயுதப் போராட்டமும் கலந்திருந்த காலத்திலேயே தலைமறைவு வாழ்க்கைக்கு தயார் என ஒவ்வொருவரும் தனக்குத் தானே கட்டளை இட்டுக் கொண்டனர். உலகின் விடுதலைக்காக போராடும் இயக்கங்களுக்கெல்லாம் மிகச் சிறந்த காத்திரமான கட்டுப்பாட்டுடனும், ஒழுக்கத்துடனான வாழ்வுப் போருக்கும் முன்னுதாரணமாக திகழும் எல்டிடிஇ வருகை, வளர்ச்சி 83 இல் மக்களோடு இரண்டறக் கலந்து மக்கள்தான் எல்டிடிஇ எல்டிடிஇ தான் மக்கள் என்கிற விடுதலைப் போராட்டத்திற்கு பெருவாரியான மக்கள் *மண்ணுக்காக மரணிப்போம் என கிளர்ந்தெழுந்தார்கள்.

எல்லாவற்றையும் இழந்துவிட்ட நானும் எனது 11வது அகவையில் நண்பர்களுடன் சேர்ந்து சாவதற்கு சத்தியம் செய்தேன். பாலர் வகுப்பு முதல் பல்கலைக்கழகம் வரை என்னோடு நெருங்கிய நண்பர்கள் யாரும் உயிரோடு இல்லை. இராணுவ மொழியில் சொல்வதென்றால் அவர்கள் காணாமல் போனார்கள். கடந்த 33 ஆண்டுகளாக இடப்பெயர்வான சுற்றோடி வாழ்வும் - புலம் பெயர்ந்த வாழ்வும் என் பின்னால் தொடர்ந்த வண்ணம் இருக்கின்றன. வாழ்வின் நீள் பாதையில் எல்லாவற்றுக்கும் முகம் கொடுத்து வாழப் பழகிக் கொண்டேன்.

மறைந்து வாழவும், இழந்து வாழவும், இறந்து வாழவும், பழகிக் கொண்ட நான், இந்த இகழ் வாழ்வில் இன்று பதுங்கி வாழவோ, நிமிர்ந்து வாழவோ பலமும் இல்லை பயமுமில்லை என்ற நிலையில் உள்ளேன். உடலும் உள்ளமும் தளர்ந்து போனாலும் ஏதோ ஒரு நம்பிக்கையில் வாழவும் தமிழ் சமூகத்துக்கு ஒன்றைச் செய்ய முடியும் என்ற விருப்பவியல் குருதித் தொனியில் தோணியில் வந்த காலம் கரைகிறது.

85 முதல் இன்று வரை ஓடித்திரியும் வாழ்வில் பல கவிதைகளும் கட்டுரைகளும் காணாமல் போனது. இதழ்களை தேடுவதும் சாத்தியமில்லை. இதழ் நடத்தியவர்களும் சேகரிப்பாளர்களும் உயிரோடு இருந்தால்தானே தேடுவதற்கு. வாழ்வதற்கே போராடும் மனிதர்களிடத்தில் எதைத் தேடி அலைவது. நான் சேகரித்த நூலகமும் எழுதியவைகளும் காலப்போக்கில் அனலிலும் புனலிலும் கரைந்தது ஒரு பக்கம் என்றால், பேரினவாத அரசால்

பத்திரிகை சுதந்திரமும் எழுத்தாளர்களும் தடை செய்யப்படுவதும், கொல்லப்படுவதும், நூல்கள் எரியூட்டப்படுவதும் இன்று வரை தொடர்ந்த வண்ணம் இருக்கையில், நானும் என் கவிதைகளும் தப்புவது எம்மாத்திரம்?நானும் எல்லாவற்றுக்கும் ஆளானேன். எல்லாவற்றையும் ஞாபகப்படுத்தி எழுதி விடலாம் என்ற நம்பிக்கை மட்டும் இன்னும் முகிலாய் இருக்கிறது.

தமிழக மக்களுக்கு ஈழப் போர் குறித்த வாழ்வையும் பேரினவாத அரசால் நாளாந்தம் மக்கள் படும் பேரவலத்தையும் ஒரு நூறு கவிதைகளாகவும் கதைகளாகவும் சொல்லியிருக்கிறேன். புலம்பெயர் வாழ்வில் தமிழகப் பார்வையை உரை நடையாகவும், காதல் கவிதைகளாகவும், நாட்டுப்புறவியல் களச் சேகரிப்புகளாகவும், பத்திகளாகவும், இலக்கண இலக்கிய அகராதிக் காப்பியமாகவும், நாடகக்கலையாகவும், நுண்கலைப் பிரதிகளாகவும், நாடோடிப் பயணங்களாகவும், கலா சாலை போதகனாகவும், முற்போக்கில்லா கற்போக்கு விருந்தாளனாகவும், தொகுப்பதிகாரமாகவும் பதிவு செய்திருக்கிறேன். மேலும் ஆங்கிலத்தில் மூத்தகுடி கலாச்சாரப் பயணங்கள் மற்றும் கல்விப் புலக்கலைப் பேரதிகார நுட்பவியல் குறித்தும் மனைவி தமிழ் இனியா சொற்களை விதைத்து வருகிறார். புகார்க் காண்டத்திலிருந்து மதுரைக் காண்டம் வந்துள்ள கொடை மகன் இமயக்காப்பியன்(6) படைப்பாக்கப் பணியில் முந்நீர் போல் எமக்கு பேருதவியாக இருக்கிறான். துயரங்களின் சாட்சிகள் மரணிப்பதில்லை என்கிற காத்திரச் சொல்லின் சாட்சிகளாய் நாங்கள். கீழடி / உலகின் / மூத்த காலடி

எனக்கான உதவிகளை செய்யும் குழந்தைகள் சக்தி என்கிற விடுதலைவெண்பா, சூரியவாசன் என்கிற இலக்கியப்புரட்சியாளன், ரித்திஷா என்கிற நிழலினி, விதுஷி, பார்பி என்கிற மோனலிக்கும், பாரா முகமாகவே போய்விட்ட ஜேர்மனியில் வாழும் குழந்தைகளான பூர்த்திகா என்கிற இதழினி, அரிகரசுதன் என்கிற எளிஞன் ஆகியோருக்கும் நன்றி சொல்ல தேவையில்லை. எக்காலத்திலும் நன்றிக்குரியவர்களாக இருக்கும் என் சின்னத்தாய் செல்வி கிருஷ்ணமூர்த்தி குடும்பத்தாருக்கும் மற்றும் எனது அக்கா பத்மாவதி, தீபாவிற்கும் நன்றிகள் பல.

-தமிழ்த்தேசன் இமயக்காப்பியன்

நன்றி

என் தந்தையாரை தமிழ் கூறும் நல்லுலகத்துக்கு நான் அறிமுகப்படுத்த வேண்டிய அவசியமில்லை. வேங்கடம் முதல் குமரி வரையிலும், வேங்கடத்துக்கு அப்பாலும் உள்ள தமிழ் அன்பர்களுக்குத் தமது கலைக் கட்டுரைகள் மூலமாகவே நன்கு அறிமுகமானவர்கள். அவர்கள் வானொலி மூலம் தமிழ் மக்களுக்கு அளித்த கலைக் கட்டுரைகளின் தொகுப்பே இந்நூல். இந்நூலை, கலைஞன் பதிப்பகத்தார் வெளியிட முன் வந்தது பொருத்தமாக அமைந்துவிட்டது.

நூலுக்கு அருமையான முன்னுரை தந்துதவியிருக்கும் சகோதரர், தொல்பொருள் துறை இயக்குநர் திரு. ஆர். நாகசாமி அவர்களுக்கு, என் வணக்கமும் நன்றியும் உரியன.

இந்நூலை வெளியிட என் தந்தையின் வாழ்நாளிலேயே அனுமதி வழங்கிய திருச்சி வானொலி நிலையத்தாருக்கும், குறைந்த கால அளவில் அழகாக அச்சிட்டு வெளியிடும்

பொறுப்பை ஏற்றுக் கொண்ட கலைஞன் பதிப்பகம் திரு. மாசிலாமணி அவர்களுக்கும் என் நன்றி உரியது.

கலைஞன் பதிப்பகத்தாரால் பல ஆண்டுகளுக்கு முன்னர் வெளியிடப்பட்ட, இந்தியக் கலைச் செல்வம் என்ற இந்த நூல், இப்போது இரண்டாவது பதிப்பாக வெளிவருகிறது. என் தந்தையார், திரு.தொ.மு.பாஸ்கரத் தொண்டைமான் அவர்கள், அவ்வப்போது, திருச்சி வானொலியில் ஆற்றிய உரைகளே, நூல் வடிவம் பெற்றிருக்கிறது. இந்தியக் கலைச் செல்வமான, சிற்பம், சித்திரம், அதற்கான உத்திகள், பரிமாணங்கள் இவற்றையெல்லாம் நுணுகி ஆராய்ந்து, அதைக் கலை அன்பர்களுக்குக் காணிக்கையாக்கியிருக்கிறார்கள். அருங்கலைச் செல்வர் திரு, நாகசாமி அவர்கள், இந்த நூலுக்கு அப்போதே அருமையானதொரு முகவுரை வழங்கியிருக்கிறார். அதனையே இந்தப் பதிப்பிலும் பயன்படுத்திக் கொள்வதில் பெருமை அடைகிறோம். இந்தக் கலைச் செல்வம், கலைஞர்களுக்கும் கலா ரசிகர்களுக்கும் என்றென்றும் இன்பம் தரக் கூடியது. இதனை மீண்டும் இரண்டாம் பதிப்பாக வெளியிட்டு உதவும் கலைஞன் பதிப்பகத் துக்கு நன்றி உரியது.

ராஜேஸ்வரி நடராஜன்

'பாஸ்கர நிலையம்'
10, 7ஆவது குறுக்குத் தெரு,
சாஸ்திரி நகர்,
சென்னை - 20.

முன்னுரை

டாக்டர் இரா,நாகசாமி எம்.ஏ.
(தமிழ்நாடு தொல்பொருள் ஆய்வுத்துறை இயக்குநர்)

ஒரு நாட்டில் கலை சிறந்து விளங்கியது என்றால் அந்நாட்டு மக்கள் கலையறிவு நிரம்பித் திகழ்ந்தார்கள் என்று தான் பொருள். கலைத்திறன் உடையவர்தாமே கலையைப் போற்ற முடியும்? ஒரு நாட்டு வரலாற்றில் எப்பொழுதும் கலையறிவு நிரம்பி நிற்கும் என்பதற்கு இல்லை. ஒரு காலத்தே ஓங்கி நிற்கும். பிற்காலத்தே குறைந்தும் நிற்கும். அதுபோன்ற காலங்களில் சிறந்த கலா ரசிகர் தோன்றி மக்களிடையே கலை ஆர்வத்தை அதிகரிக்க முனைந்தால்தான் கலை மறுமலர்ச்சி அடையும், தமிழ்நாட்டைப் பொறுத்தவரையில் சிற்பக் கலையிலும், கட்டிடக் கலையிலும் ஈடுபாடு கொண்டிருந்தவர்கள் இந்நூற்றாண்டின் தொடக்கத்தில் மிகச் சிலரே இருந்தனர் என்றுதான் கொள்ள வேண்டும். திரு, ஆனந்த குமாரசாமி டி.ஏ. கோபிநாதராவ் ஷோவோதுபரே, போன்ற தமிழ்க் கலைகட்கு தொண்டாற்றிய தலைசிறந்த பெரியார்கள் இருக்கத்தான் செய்தார்கள். அவர்கள் எழுதியவை எல்லாம் ஆங்கிலத்தில் இருந்ததால் அவர்கள் உலகப் புகழ் பெற்றனர். ஆனால், தமிழ் பேசும் மக்கள் அவற்றை நன்கு அறிந்து சிற்பச் செல்வங்களை போற்றும் வகையில் தமிழில் எழுந்த நூல்கள் இல்லை என்றே சொல்லிவிடலாம். கலைகளில் இயற்கையாக எழுந்த ஈடுபாடும், தகைமை சான்ற புலவர்களின் இலக்கியங்களை கற்று பண்பட்ட உள்ளமும், கலைகளைச் சென்று கண்டு, கண்டு இன்புறும் ஏற்றமும், தான் கண்ட இன்பத்தை மக்களுக்கு பகிர்ந்-

தளிக்கும் எழுத்து ஆற்றலும் உள்ள ஒருவரால் தான் கலை ஆர்வத்தைப் பிறரிடம் தட்டி எழுப்ப முடியும், இவையனைத்தும் ஒருங்கே பெற்று, செயலும் ஆற்றிய தமிழ் தாயின் தவப்-புதல்வர் தொ.மு. பாஸ்கரத் தொண்டைமான் அவர்கள் ஒருவரே.

கலை வரலாறு என்பது புதியதொரு இயக்கம். மேலை நாடுகளில் இவ்வியக்கம் மிகச் சிறந்த நிலையை அடைந்துள்ளது. எண்ணற்ற நூல்கள் வந்து கொண்டேயிருக்கின்றன. தமிழ் மொழியில் கலை வரலாற்றைக் கூறும் நூல்கள் எவ்வளவு இருக்கின்றன என்றால் மிகச் சிலவே. அவற்றிலும் சிறந்தவை எவை என்றால் திரு. பாஸ்கரத் தொண்டைமான் அவர்க-ளது நூல்களே எனினும் அது மிகையாகாது. எண்ணற்ற தமிழ் மக்களின் மனத்தில் கலை இன்பத்தை ரசிக்கப் புகட்டியவர் அவர். அவர் எழுதிய கட்டுரைகளை ஆர்வத்தோடு படித்த எண்ணற்ற தமிழ் இதயங்கள் இதை நன்கு அறியும். அவர் எழுத்தில் திறன் உண்டு; தெளிவு உண்டு; சுவை உண்டு; கவிதை உண்டு. நாவலாசிரியருக்கும், வரலாற்று ஆசிரியருக்கும் வேறுபாடு உண்டு.

நாவலாசிரியர் கற்பனைச் சிகரத்தையே எட்டி மக்களை மகிழ்விக்கலாம். வரலாற்று ஆசிரியர் வரலாற்றுக்குப் புறம்பானதை எழுத முடியாது; எழுதவும் கூடாது. ஆதலின் வரலாற்று நூல்கள் சுவையுள்ள நூல்களாக அமைவது கடினம். திரு. பாஸ்கரத் தொண்-டைமான் அவர்களுடைய நூல்கள் கலை வரலாற்றை சித்திரிப்பவையாயிருந்த போதிலும் மிகவும் சுவையாக எழுதப் பெற்றவை. எவ்வளவோ நூற்றாண்டு களுக்கு முன்னர் இவற்றை தோற்றுவித்தவர்களின் உயிர்த் துடிப்பை நம் கண்முன் கொணர்ந்து காட்டும் ஆற்றல் பெற்-றவை அக்கட்டுரைகள்.

தன் அண்மையில் உள்ள கலைப் படைப்புகளை கண்டு ரசிக்கும் ஆற்றல் பெற்றவன்-தான் வேறு பல நாட்டு கலைகளையும் கண்டு போற்ற முடியும். அவன்தான் இடத்தையும், காலத்தையும், மொழியையும் கடந்து நிற்க முடியும். பாஸ்கரத் தொண்டைமான் அவர்கள் தமிழகக் கலைச் செல்வங்கள் அனைத்தும் கண்டு இன்புற்றவர். தமிழ் இலக்கியங்களின் வாயிலாகவே கண்டு போற்றியவர். ஆதலின் தமிழ்நாட்டுக்கு அப்பாலுள்ள பல பகுதிகளில் உள்ள கலைகளையும், ஆர்வத்தோடு கண்டு போற்றியிருக்கிறார். ஆதலின்தான்,

பாரத பூமி பழம் பெரும் பூமி
நீரதன் புதல்வர் இந்நினைவகற்றாதீர்

என்ற அமரகவி பாரதியின் வாக்கைக் கோலாகக் கொண்டு ஆங்காங்கு மலர்ந்த கலை-களை நமக்குச் சுட்டிக் காட்டுகிறார். ‘தேசிய ஒருமைப்பாட்டைப் பற்றி இன்று அதிகம் பேசும் நாம், எவ்வளவோ காலத்திற்கு முன்னாலேயே சமயம் மூலம், கலை மூலம் அந்த ஒருமைப்-பாட்டை உருவாக்க நமது கலைஞர்களும் அவர்களை ஆதரித்த மன்னர்களும் முயன்றிருக்-கிறார்கள் என்று அறிகிறபோது மிக்கதொரு உவகையே அடைகிறோம்’ என்று கூறுகிறார்.

இந்நூலில், பாரத நாட்டின் பல்வேறு பகுதிகளில் காணப்பெறும் சிற்பச் செல்வங்களைப் பற்றி அவர் வானொலியில் பேசியவை கட்டுரைகளாக இடம் பெறுகின்றன. இக்கட்டுரைக-ளைப் படிக்கும்போது நம்மை நேரே ஆங்காங்கே அழைத்துச் சென்று காட்டுவது போலவே தோன்றுகிறது. கட்டுரைகளின் ஊடே பலபல அரிய உண்மைகளை எடுத்துச் சொல்லிச் செல்கின்றார். “பாரத சமுதாயத்தின் சிறந்த கலைகள், சிற்பம், ஓவியம், நாட்டியம் என்ப-வைதாம். இவையும், - இவற்றோடு ஒன்றிய கவிதையும் இசையும் சமயச் சார்புடையவை-

களாகவே வளர்ந்திருக்கின்றன'' என்பர். சிற்பக் கலை, சித்திரம், நடனம், சங்கீதம், கவிதை இவை ஒன்றோடு ஒன்று இணைந்து நிற்பவை என்பதற்கு அவர் கூறும் கதைதான் எவ்வளவு அழகாக இருக்கிறது. சுக்கிர நீதி நூலை மேற்கோள் காட்டி தெய்வீகத் திருவுருவங்களும், பெண்மையும் எவ்வாறு சிற்பத்தில் சிறந்த நிலை வகிக்கின்றன என்று கூறுவது அவர் ஆற்றலைக் காட்டுகிறது. சிற்பத்தையும் காட்டி, கம்பநாடனின்,

குஞ்சரம் அனைய வீரன்
குலவு தோள் தழுவிக் கொண்டாள்

என்ற சொல்லையும் காட்டுவது நம் மனதைவிட்டு என்றுமே அகலாது. அஜந்தா, எல்லோரா, கஜுரஹோ, புவனேச்வரம் முதலிய பல இடங்களில் சிறந்த கலைகளை எல்லாம் எவ்வளவு இனிமையாகக் கூறிச் செல்கின்றார். அடடா இன்னும் எவ்வளவு நூல்கள் இப்பெருந்தகையிடமிருந்து தோன்றி தமிழை வளமுறச் செய்திருக்கும். ஆதலின் அன்றோ அன்று முதல் இன்றுவரை, ஏன் - என்றென்றுமே காலனை மக்கள் கொடியவன் என்பர்.

பாஸ்கரத் தொண்டைமான் அவர்கள் இரண்டு தலை சிறந்த பணியை தமிழகத்திற்கு செய்திருக்கிறார் என்பது திண்ணம். சிறந்த கலை நூல்களை தமிழில் எழுதி தமிழ் மக்கள் உள்ளத்தில் கலை எழுச்சியை ஏற்படுத்தியது ஒன்று. கலை வளர்த்த தஞ்சையில், தமிழகத்திற்கு புகழ் தேடித்தரும் கலைக்கூடம் அமைத்தது இரண்டு. இவ்விரு பணிகளுக்கும் தமிழகம் அவரை என்றென்றும் வாழ்த் தும்.

தமிழகக் கலைகளை உலக மக்களுக்கு எடுத்துக் கூறும் வல்லமை வேண்டுமென்றால், ஏன், எமது முன்னோர் எமக்கீந்த செல்வங்கள் என்று பெருமிதத்தோடு இவற்றை அறிய வேண்டுமென்றால், தமிழக இளைஞர்கள் பாஸ்கரத் தொண்டைமான் அவர்களுடைய நூல்களை படிக்கட்டும். அவர் விட்டுச் சென்ற பணியை தொடர்ந்து செய்ய ஆற்றல் மிகும் என்பதில் ஐயமில்லை.

இரா,நாகசாமி,
சென்னை,
தமிழ்நாடு அரசு தொல் பொருள்

19.9.70
ஆய்வுத்துறை இயக்குநர்.

1. பாரத சமுதாயம் கலைகள்

பாரத சமுதாயம் வாழ்கவே - வாழ்க வாழ்க
பாரத சமுதாயம் வாழ்கவே ஜய ஜய ஜய!

என்று கவியரசர் பாரதியார் சென்ற அரை நூற்றாண்டிற்கு முன்பே கட்டியங் கூறி பாரதசமுதாயத்தை வாழ்த்தியிருக்கிறார். இப்படித்தான் இமயம் முதல் குமரி வரை, துவாரகை முதல் காமரூபம் வரை பரந்து கிடக்கும் இந்தப் பாரத சமுதாயம் ஒரே நாடு, அதில் வாழ்பவர்கள் எல்லாம் ஒரே இனத்தவர் என்ற ஒருமைப்பாட்டுணர்ச்சி மக்கள் உள்ளத்தில் வளர வகை செய்திருக்கிறார்.

பாரத பூமி பழம் பெரும் பூமி
நீரதன் புதல்வர்; இந் நினைவகற்றாதீர்

என்று இந்த அகண்ட பாரதத்திலுள்ள மக்களை எல்லாம் கூவிஅழைத்துக் குரல் கொடுத்திருக்கிறார்.

அத்தகைய அகண்ட பாரதத்தின் பண்புகள், கலைகள், நாகரிகம், கலாச்சாரம் எல்லாம் ஒரே படித்தாய் உருவாகி வந்திருப்பதும் நாம் அறிந்ததே. அவற்றில் கலைகள் இந்தப் பாரத சமுதாயத்தில் எப்படி உருப்பெற்று வளர்ந்திருக்கின்றன என்பதைப் பற்றியே ஒரு பேச்சு இன்று.

முதலில் கலைகள் என்றால் என்ன? என்று ஒரு சிறு விளக்கம் தெரிந்து கொள்ளலாம். 'கடவுள் என்றால் யார்?' என்று கேட்டால் கூட எளிதில் சுட்டிக்காட்டி விடலாம் போல் இருக்கிறது. கலை என்றால் என்ன என்று சொல்வது எளிதாக இல்லை. கலை என்றால் அழகின் சாஸ்திரம் என்பார் ஒருவர். அழகுணர்ச்சிக்குத் திருப்தி அளிக்கக் கூடிய தெல்லாம் கலை என்பார் இன்னொருவர். கலை என்பது அழகு ணர்ச்சியிலே பிறந்து அவனுக்கு ஆனந்தம் அளிப்பது என்பார் மூன்றாவது நபர். இந்த விளக்கங்கள் எல் லாம் கலை என்றால் என்ன என்று விளக்கி விடுகின்றனவா என்ன?

இறைவனது அருளைத் துணை கொண்டு மனிதன் தனது, கற்பனையினால் சிருஷ்டிப்பது தான் கலை. கலை என்பதற்கு கற்பனா சிருஷ்டி. சிந்தனை செய்கின்ற மனிதன், கற்பனா சக்தியாகிய புஷ்பக விமானத்தில் ஏறி ஆகாய வீதிகளில் சஞ்சரிக்க ஆரம்பித்து விடுகிறான், இந்த 'விதமாக சிந்தனையில் பிறக்கின்ற கற்பனா சிருஷ்டியைச் சப்த சித்திரத்திலும், வர்ணப் பூச்சுகளிலும் கல்லுருவங்களிலும் பரிணமிக்கும்படி செய்கின்றவன் எவனோ அவனே கவிஞன், அவனே ஓவியன், அவனே சிற்பி, அவனது சிருஷ்டியே கலை. கலை உண்மைக்கும் உலகியலுக்கும் மாறுபட்டதன்று. உலகியலில் காணுகின்ற உண்மைகளை எடுத்துக் காட்டி, மக்கள் உள்ளத்தில் எழும் உணர்ச்சிகளை ஒரு உன்னத நிலைக்கு உயர்த்துகிற திறம் படைத்ததுதான் கலை, கலை அந்த அந்த நாட்டின் கலாச்சாரத்தை விளக்கும். சான்றாக அமையும். இந்தியக் கலைகள் இருபத்தி நான்கு என்று ஒரு கணக்கு.

ஆய கலைகள்
அறுபத்து நான்கினையும்
ஏய உணர்விக்கும்
என்னம்மை

என்று தமிழ்க் கவிதையில் கலைகளின் அதி தேவதையாகிய - கலைமகள் பேசப்படுகிறாள். இலக்கியம், இலக்கியத்தோடு தொடர்பு கொண்டவை, வீட்டிலும், வாழ்விலும் அழகையும் சுவையையும் உண்டாக்குபவை, அலங்காரங்களுக்கானவை, அறிவு விருத்திக்கு உதவுபவை, விளையாட்டுக்களை வளர்ப்பவை போன்று பல பல துறைகளில் இக்கலைகள் இடம் பெற்றிருப்பதைக் காணலாம். இத்தனையையும் பற்றி ஒரு ஜாபிதா கொடுக்கவோ, அவற்றுக்கு விளக்கம் தரவோ நான் முற்படப் போவதில்லை. அழகுக் கலைகள் என்ற அருங்கலைகளில் முதலிடம் பெறும் கவிதை, இசை, சித்திரம், நடனம் என்னும் கலைகளைப் பற்றி மட்டும். ஒரு சில வார்த்தைகள் சொல்ல முனைகின்றேன். இந்த அருங் கலைகள் ஒருவருக்குக் கைவரப் பெறுவது ஏதோ இறை அருளால்தான் ஏற்பட வேண்டுமே

ஒழிய, கற்றுத் தெளிவது அல்ல அவை, இதை அழகாக சில்ப ரத்தினம் என்ற கதை தெளிவாக்குகிறது. பாரத சமுதாயத்தில் கவிதைக் கலை எப்படிச் சிறப்புற்றிருந்தது என்று முதலில் தெரிந்து கொள்வோம். வேதங்கள் மிக மிகத் தொன்மையானவை, அவைகளில் ரிக் வேதம் முழுவதும் கவிதையாகவே உருவாகியிருக்கிறது என்பர். அதன் பின் இதிகாச காலத்தில் வான்மீகரது ராமாயணமும் வியாசரது மகாபாரதமும் நல்ல கவிதைகளில் உருவான காவியங்கள். துளசி தாஸரது ராம சரித்திர மானஸ், அதன் பின் எழுந்த மீராபாய் பஜன், கபீர் தாஸரது பாடல்கள் எல்லாம் ஹிந்தியில் எழுந்த கவிதைகள். மராத்திய நாட்டிலே துக்காராமும், ஆந்திர நாட்டிலே வேமன்னாவும், சிறந்த கவிதைகள் எழுதிய கவிஞர்கள் என்பர். இப்படி வட நாட்டிலே கவிதை வளர்ந்த போது தென் தமிழ் நாட்டில் சங்க காலத்துப் புலவர்களும், சிலப்பதிகாரம் முதலிய பஞ்ச காவியம் எழுதிய கவிஞர்களும் நல்ல கவிதையை வடித்திருக்கிறார்கள். இவர்களுக்குப் பின்தான் கவிச்சக்ரவர்த்தி கம்பனும், சேக்கிழாரும், நாயன்மார்களும், ஆழ்வார்களும் அருமையான கவிதைகளை உருவாக்கி கவி உலகை வளப்படுத்தியிருக்கிறார்கள். பின்னர் எழுந்தவர்கள் புலமைமிக்கவர்களாக இருந்திருக்கிறார்களே ஒழிய சிறந்த கவிதையை உருவாக்கியிருக்கிறார்கள் என்று சொல்வதற்கில்லை. நம்முடைய பரம்பரையிலே கவியரசர் பாரதியும், கவிமணி தேசிக விநாயகம் பிள்ளையும் ஒப்பற்ற கவிஞர்களாக விளங்கியிருக்கிறார்கள். இதே. இருபதாம் நூற்றாண்டில் புகழ் பெற்ற கவியரசர் ரவீந்திரரும் அற்புதம் அற்புதமான கவிதைகள் இயற்றியிருக்கிறார். இத்தனை கவிஞர்களும் பாரத சமுதாயம் ஒரே நாடு என்ற உணர்வு உள்ளவர்களாகவே இருந்திருக்கிறார்கள். 'செப்பு மொழி பதினெட்டு உடையவள் பாரத மாதா' என்றிருந்தாலும் அவள் சிந்தனை எல்லாம் ஒன்றாகவே இருந்திருக்கிறது.

என் நாட்டு மக்கள் அனைவரும்
ஒன்றாய் உயிரும் உள்ளமும் இசைந்து
வென்று வாழ்வுற விமலனே அருள்க!

என்று தாகூர் பாடும்போது அத்தனை கவிஞர்களும் சேர்ந்து குரல் எழுப்புவதாகவே தெரிகிறது. இப்படித்தான் கவிதைக் கலை பாரத சமுதாயத்தில் வளர்ந்திருக்கிறது.

கவிதையை ஒட்டியே இசையும் வளர்ந்திருக்கிறது நம் நாட்டில். அந்த இசை எல்லோருடைய இதயங்களையும் இசைக்கும் ஆற்றலை உடையதாக இருந்திருக்கிறது. இன்னும் மக்கள் பாடும் இசையும், வாத்தியங்கள் மூலம் இசைக்கும் இசையும், நாடெங்கும் பரவி இருக்கின்றன. தென்னாட்டில் ஒரு நாதசுரம் என்றால் வடநாட்டில் ஒரு ஷெனாய் என்று வாத்தியங்களில் கூட ஒரு ஒருமைப்பாட்டைக் காண்கிறோம். தமிழிசையில் பண்கள் சிறப்பானதாக இருந்து நாட்டில் இசை வளர்ந்திருக்கிறது. கர்நாடக சங்கீதம் நம் காதுகளுக்கு இனிமையாய் இருக்கிறது என்பது உண்மைதான். ஆனால், அதையே வடநாட்டுச் சகோதரர்கள் அனுபவிக்கும் அளவுக்கு வளர்த்திருக்கறோம். பாரத நாட்டு இசையின் சிறப்பைப் பற்றிப் பேசுவதற்கு ஒரு தனிப்பேச்சே பேச வேண்டுமேயொழிய, ஒரு சிறிய பேச்சில் இடைப் பரவலாகக் கூறிவிட முடியும் என்று தோன்றவில்லை. பாரத சமுதாயத்தின் சிறந்த கலைகள் சிற்பம், ஓவியம், நாட்டியம் என்பவைதாம். இதில் ஒரு சிறப்பு என்னவென்றால் இவையும், இவற்றோடு ஒன்றிய கவிதையும் இசையும் சமயச் சார்புடையவைகளாகவே வளர்ந்திருக்கின்றன. அதனால்தான் இக்கலைகள் அனைத்துமே நாட்டில் எழுந்த கோயில்களைச் சுற்றிச்

சுற்றியே வளர்ந்திருக்கின்றன.

கோயில்கள் என்ற உடனேயே நம் நாட்டுக் கோயில்களும், அதன் நிர்மாணமும் அங்கு வளர்ந்த கலைப் பெரும் செல்வங்களும் நம் கண்முன் வந்து போகும். பாரதத்தின் சிற்பச் செல்வங்கள் எல்லாம் நம் கோயில்களுக்குள்ளேயே பொதிந்து வைக்கப்பட்டிருக்கின்றன என்றே சொல்லலாம். சைவக் கோயிலானாலும் சரி, சமண பௌத்த ஆலயங்கள் ஆனாலும் சரி எல்லா இடத்திலும் சிற்பங்கள் நிறைந்தே இருக்கக் காண்கிறோம். 'சித்திரத்தில் மிக உயர்ந்த சிற்ப நூலின் அற்புதம் சின்னச் சின்ன ஊரில் கூட இன்றும் எங்கும் காணலாம் என்பது இன்றைய கவிஞன் வாக்கு. வடநாட்டில் ரிஷிகேசம் ஆனாலும், ஹரித்வார் ஆனாலும், காசி ஆனாலும், கயா ஆனாலும், கஜுராஹோ ஆனாலும், கல்கத்தா ஆனாலும், புவனேசுவரம் ஆனாலும், ஜகந்நாதம் ஆனாலும், எங்கும் சிற்ப வடிவங்களே நிறைந்திருக்கக் காண்கிறோம். குடை வரைகள் எல்லாம் ஒரே சிற்ப வடிவங்கள் தாம். எல்லோரா குடை வரைகளுக்குச் சென்றால் அதிலும் கைலாய நாதர் குடைவரையைக் கண்டால் நாம் நிற்பது இவ்வுலகில் தானா என்றே ஐயம் எழும். 'இப்படியன் இந்நிறத்தன் இவன் இறைவன் என்று எழுதிக் காட்ட ஒண்ணாதவனே கடவுள்' என்று! கடவுளை உருவிலியாகவே கூறியிருந்தாலும், அந்த உருவம் இல்லாத இறைவனை எண்ணற்ற உருவங்களில் செதுக்கியும், வடித்தும் நிறுத்தி இருக்கிறார்கள் கலைஞர்கள். பத்ரிநாதனும், கேதாரநாதனும், விஸ்வநாதனும், ஜகந்நாதனும், ரங்கநாதனும், ராமநாதனும் பாரத நாட்டின் எல்லைக் காவலர்களாக அமைந்து இச் சிற்பக் கலை நாளும் வளர வகை செய்திருக்கிறார்கள். அபூ மலையில் உள்ள சமணக் கோயில்கள் இரண்டும், குஜராத்தில் பல பகுதிகளில் காணும் சமணர் கோயில்களும் மற்றைய கோயில்களுக்கு சளைத்தவை இல்லைதான். மத்தியப் பிரதேசத்திலுள்ள கஜுராஹோ கோயில்கள் கோனார சூரியனார் கோயில் முதலியவைகளில் ஆண் பெண் உறவை விளக்கும் சிற்பங்கள்தாம் எத்தனை எத்தனை! பெண்களின் வனப்பை எல்லாம் எடுத்துக் காட்டும் சிற்பங்களே எண்ணற்றவை. புவனேஸ்வரத்தில் சிற்ப அழகைவிட் கோயில் நிர்மாண அழகு சிறப்பான அம்சமாக இருப்பதைக் காண்கிறோம். வேங்கடம் முதல் குமரி வரை பரந்து கிடக்கும் தமிழகத்திலோ கேட்கவே வேண்டாம். ஒவ்வொரு கோயிலும் ஒரு அற்புதக் கலைக் கூடம். பல்லவரும் சோழரும் நாயக்கரும் பாண்டியரும் போட்டி போட்டுக் கொண்டு கோயில்கள் கட்டியிருக்கிறார்கள். சிற்பக் கலையை வளர்த்திருக்கிறார்கள். மாமல்லபுரமும் காஞ்சியும் பல்லவர் காலத்தியவை என்றால், தஞ்சை, கங்கைகொண்ட சோழபுரம் முதலியவை சோழர் காலத்துக் கலை வளர்ச்சிக்கு சிறந்த எடுத்துக் காட்டு, மதுரை, ராமேஸ்வரம், சீரங்கம், கிருஷ்ணாபுரம். எல்லாம் நாயக மன்னர்களின் கலை ஆர்வத்துக்கு சான்று பகர்கின்றன. பாரத சமுதாயத்தில் தமிழ்நாட்டை மட்டும் பார்த்து விட்டால் சிற்பக் கலையின் சிகரத்தையே கண்டு விட்டவர்கள் ஆவோம்.

சிற்பக் கலையில் மட்டும்தான் பாரதம் சிறத்திருந்தது. என்பதில்லை. சித்திரக் கலையிலும் சிறந்தே விளங்கியிருக்கிறது, அஜந்தா ஓவியங்கள் அழியா அழகுடன் எழுதப் பெற்று மங்காப் புகழ் பெற்றன. துடன் போதிசத்துவர், புத்தர், அரசிளங்குமரிகள், அழகிய நங்கையர் பலரும் உருப்பெற்றனர். இவை எல்லாம் பௌத்த சந்நியாசிகளால் எழுதப்பட்டவை என்று அறிகிறபோது நாம் அப்படியே அதிசயித்து நிற்கிறோம். அதுவும் இன்றைக்கு ஆயிரத்து முந்நூறு வருஷங்களுக்கு முன் அவை தீட்டப் பெற்றிருந்தும் இன்று வரை அழியா ஓவி-

யமாக அவை நிற்கின்றன. இந்த அழியா வண்ணக்கலை மேல் நாட்டாருக்கும் கை வராத ஒன்று. வடநாட்டில் இக்கலை வளர்த்த பெருமக்கள் மொஹலாயர் என்பதும், அவர்களுக்குப் பின்பே பஹாரி, பசோலி, காங்ரா முதலிய ஓவிய மரபுகள் தோன்றின என்பதும் வரலாறு. தென்னகமாகிய தமிழகத்தில் சிற்பக் கலை சிறப்புற்றிருந்த அளவுக்கு சித்திரக்கலை உயரவில்லை என்றாலும், அஜந்தா மரபினைச் சித்தன்ன வாசலில் கண்டு மகிழ்கிறோம். பனைமலை திலைமலைபுரத்துச் சித்திரங்களில் பெரும் பகுதி அழிந்து போய்விட்டன. என்றாலும் எஞ்சி நிற்கும் ஒரு சில பகுதிகளே அவைகளின் சிறப்பைக் கூறப் போதுமானவை. இச்சித்திரக்கலை சோழர் காலத்தில் பழைய்படி சிறப்புப் பெற்றிருக்கிறது. தஞ்சை ராஜராஜன் கட்டிய பெரிய கருவறை யைச் சுற்றிய பிரகாரத்திலே தீட்டியுள்ள சித்திரங்கள் ஏதோ அதிர்ஷ்ட வசத்தால் நமக்குக் காட்சிப் பொருட்களாகக் கிடைத்தன. அச்சித்திரங்களின் சிறப்பை அறியாத யாரோ பின்னால் அவைகளின் பேரில் சுதை பூசித் தங்கள் கைத்திறனைக் காட்டியிருக்கின்றனர். அங்கு உருவாகியிருக்கும் திரிபுராந்தகர் சித்திரம் ஒன்றே பற்பல வடிவங்களை ஒருங்கே இணைத்துச் சித்திரம் தீட்டுவதில் மேல் நாட்டாருக்குத் தமிழர்கள் சளைத்தவர்கள் இல்லை என்று கட்டியம் கூறும். காஞ்சி கைலாசநாதர் கோயில் ஓவியங்கள் எல்லாம் சிதைந்து போய்விட்டன

ஆந்திர நாட்டில் சோம பள்ளி, தாடிப் பத்திரி, ஹம்பி முதலிய இடங்களிலும் சித்திரங்கள் எழுதப்பெற்றிருக்கின்றன, இவை எல்லாம் விஜயநகர காலத்துச் சிற்பங்கள். இப்படி ஓவியக் கலை நாளும் வளர்ந்து பாரத சமுதாயக் கலைகளில் சிறந்ததொரு இடம் பெற்றிருக்கின்றன.

சிற்பம், சித்திரம் முதலிய கலைகளைப் போலவே நடனமும் ஒரு அற்புதக் கலை. மேலை நாடுகளில் எல்லாம் அங்கங்களை அசைப்பதும், குதிப்பதும், கிறுகிறு என்று சுற்றுவதுமே நடனம் என்று எண்ணியிருக்கின்றனர். இந்திய நடனக் கலையோ ஹஸ்த முத்திரைகளிலும், தாளலயங்களிலும் உணர்ச்சிக்கு உருவம் கொடுப்பதிலும் முக்யத்வம் வாய்ந்ததாக இருக்கிறது. வடக்கே மணிபுரி, கதக், யக்ஷகானம் - என்றெல்லாம் உருப்பெற்றிருக்கிறது. தென்னாட்டிலோ குச்சிபுடி, கதகளி, பரத நாட்டியம் என்னும் வகையில் இந்நடனங்கள் சிறப்புற்றி ருக்கின்றன. எல்லா நடன வகைகளிலும் நடனம் ஊடுருவி நிற்கும் நவரசங்களையும் அபிநயம் மூலமாகவே நடனம் ஆடுபவர்கள் உருவாக்கிக் காட்ட வல்லவர்கள். இந்நடனக் கலைகளில் எல்லாம் சிறப்பான கலை பரத நாட்டியம்தான் என்று எல்லோரும் ஒருமுகமாக ஒப்புக் கொள்கிறார்கள். இது நமது தமிழ் மக்களின் தனி உடைமை, பரத நாட்டியம் பயில்வது என்பது சிரமமானதுதான் என்றாலும் நாளடைவில் பயிற்சியில் தேறத் தேற, ஆடுவதில் ஒரு மகிழ்ச்சியும் இன்பமுமே தோன்றும். கைவழி நயனம் செல்ல, கண்வழி மனமும் செல்லும் வகையில் கண்ணும் கைகளும் சேர்ந்து ஒரு உணர்ச்சியை உருவாக்கிக் காட்டும். நடனத்தில் லயித்து, அதில் ஈடுபாடு ஏற்பட்டுவிட்டால், உடல் முழுவதுமே இசை பாடுவது போன்ற உணர்ச்சி ஏற்படும். ஆடுபவர்களின் கற்பனை வளத்துக்கு எவ்வளவோ இடம் உண்டு. இக்கலையில் ஆடை அணிகள் அவ்வளவு முக்கியமில்லை என்றாலும், ஆடுவதற்கு வசதியாக இருப்பதற்காகவும், நடனத்துக்கு மேலும் அழகும் கவர்ச்சியும் ஊட்டுவதற்காகவும் பரத நாட்டியத்துக் கென்றே அமைந்த உடை வகைகளும் உள. இப்படி, பரதநாட்டியக் கலை சிறப்பான அம்சமாகவே நமது சமுதாயத்தில் வளர்ந்து வந்திருக்கிறது.

பாரத நாட்டுக் கலைகளின் சிறப்பைப் பற்றி எல்லாம் ஓரளவு தெரிந்து கொண்டோம். இவற்றின் முக்கியம் என்னவென்றால், பாஷையும் பழக்க வழக்கங்களும் வேறுபட்டிருந்தாலும், எல்லாக் கலைகளிலும் ஒருமைப்பாடு உயிரோட்டத்துடன் நிற்கப் பார்க்கிறோம். தமிழரும், மராத்தியரும், வங்காளியரும் பஞ்சாபியரும், அஸ்ஸாமியரும், ஆந்திரரும், தனித்தனியே கலை வளர்த்தார்கள் என்றாலும், எல்லாம் ஒன்றாய்ச் சேர்ந்து பாரத சமுதாயத்தை, அவற்றின் சிறப்பியல்களுக்கு ஏற்ற வகையில் ஒரு ஒருமைப்பாட்டை உருவாக்குகின்றன. அதனால் பலரும் பலபடப் பேசினாலும்,

பாருக்குள்ளே நல்ல நாடு
எங்கள் பாரத நாடு

என்று பாரதியாரோடு சேர்ந்து நம்மால் கட்டியம் கூற முடிகிறது.

2. அஜந்தா - எல்லோரா

சில வருஷங்களுக்கு முன் நமது பிரதம மந்திரி ஜவஹர்லால் நேரு அமெரிக்கா சென்றிருக்கிறார். அவரை ஸ்ரீமதி கோல்ட் என்ற அம்மையார் ஒரு விருந்தில் சந்தித்திருக்கிறார். அப்போது அவர் கேட்டிருக்கிறார் நேருவிடம், 'நான் இந்தியா வருவதாக இருக்கிறேன்; அங்கு வந்தால் நான் முதலில் முக்கியமாக பார்க்க வேண்டியது என்ன?' என்று. 'நிச்சயமாக அஜந்தா - எல்லோராவைத்தான் பார்க்க வேண்டும்' என்பதுதான் நமது பிரதம மந்திரியின் பதிலாக இருந்திருக்கிறது. இப்படி ஒரு தகவல். ஆம், உண்மைதான், இந்தியாவிற்கு வரும் வெளிநாட்டுக்காரர்களிடம் நாம் காட்ட வேண்டியது இமயத்தின் சிகரத்தையும், அகன்று பரந்த கங்கை நதியையும் அல்ல. அவையெல்லாம் இறைவன் அருளால் இயற்கையில் அமைந்தவை. சலவைக்கல் கனவு என்று புகழப்படும் தாஜ்மகாலைக் காட்டக் கூடாதோ? காட்டலாம். ஆனால், அது இந்திய கலாச்சாரத்தையோ, இந்திய மண்ணில் ஊறிய கட்டிடக் கலைக்கு சான்றாகவோ அமையாதே. இந்தியனது சிந்தனையில் பிறந்து, இந்திய நாகரீகத்திலே தவழ்ந்து இந்தியப் பண்பாட்டிலே வளர்ந்து இந்திய மண்ணிலே சிறப்புடன் கொலுவிருக்கும் கோயில்களைத் தானே காட்ட வேண்டும்? அதிலும் சிற்பக் கலை எல்லாம் கிரேக்கர்களுடையது தான், சித்திரக் கலை எல்லாம் இத்தாலியர்களுடையதுதான் என்று படித்து அதே எண்ணத்தில் ஊறியிருக்கும் மேலை நாட்டு ரஸிகர்களையும் மூக்கிலே விரலை வைத்து அதிசயத்து நிற்கும்படி செய்ய வல்ல கலைக் கூடங்களைத் தானே காட்ட வேண்டும். அத்தகைய கலைக் கூடங்கள்தான் அஜந்தா - எல்லோரா. அதனால்தான் இன்று தான் உங்களை எல்லாம் அஜந்தாவுக்கும் எல்லோராவுக்கும் அழைத்துச் செல்வதாக இருக்கின்றேன். கொஞ்சம் தொலைவிலுள்ள இடங்கள்தான் என்றாலும் மானசீகமாக அத்தனை தூரம் வருவதிலோ, அங்குள்ள அற்புதச் சித்திரங்களையும் சிற்பங்களையும் கண்டு களிப்பதிலோ களைப்பு ஒன்றுமே தோன்றாது தானே!

அஜந்தாவும் எல்லோராவும் பம்பாய்க்குக் கிழக்கில் இருநூற்று ஐம்பது மைல் தூரத்தில் இருக்கிறது. இரண்டிடங்களையும் போய்ப் பார்க்க வசதியாக தங்குமிடம் அவுரங்காபாத்தான். அவுரங்காபாத் போய்விட்டால் அங்கிருந்து காரிலோ, அல்லது பஸ்ஸிலோ இரண்டு இடங்களுக்கும் சென்று வரலாம். ஆனால், இரண்டும் வேறு திசையில் இருப்பதால் ஒரே நாளில்

இரண்டிடங்களுக்கும் சென்று வர இயலாது. மேலும் ஒவ்வொரு இடத்தையுமே நாள் கணக்காகச் சுற்றினாலும் அங்குள்ள சித்திர விசித்திரங்களையும் சிற்பச் செல்வங்களையும் - பூரணமாகக் காண முடியாதே. ஆதலால் செல்பவர்கள் அஜந்தாவுக்கு ஒரு நாள், எல்லோராவுக்கு ஒரு நாள் என்று ஒதுக்கி வைத்துக் கொள்ள வேண்டும். நாம் முதலில் அஜந்தாவிற்கே செல்வோம். அஜந்தா அவுரங்காபாத்துக்கு வடக்கே 67 மைல் தூரத்தில் இருக்கிறது. அறுபது மைல் சென்றதுமே அஜந்தா என்னும் கிராமம் வரும். அங்கிருந்து பாதை பள்ளத்துக்குள் வளைந்து வளைந்து செல்லும். அப்படி ஏழு மைல் சென்றால் அஜந்தா மலையடிவாரத்திற்கு வந்து சேருவோம். அங்கே காரை நிறுத்திவிட்டு கிட்டத்தட்ட ஆறு பர்லாங்கு மலைமீது ஏறித்தான் செல்ல வேண்டும். நல்ல பாதை அமைத்து வைத்திருக்கிறார்கள். அதனால் ஏறுவது சிரமமாக இராது. வழி எல்லாம் பாரிஜாத புஷ்பங்கள் பூத்துக் குலுங்கும். நம் நாட்டில் பலரும் பவள மல்லிகையைத்தான் பாரிஜாதம் என்கின்றனர். 'மலைகளும் மரங்களும் மணிக்கற்பாறையும் நிறைந்திருந்தது அந்தப் பஞ்சவடி' என்று கம்பன் பாடுகிறான். அதைப் போல இங்குள்ள பாறைகளிடையே மணிக் கற்கள் கிடைக்கும். பச்சை நிறமுடைய கற்களே அதிகம் இருக்கும். இங்கு செல்லும்போதே இருநூறு அடிக்குக் கீழே வாகூரா நதி ஓடிக் கொண்டிருப்பதைப் பார்க்கலாம். இந்த ஆறு அங்கு அர்த்த சந்திரவடிவமாக ஓடுகிறது; இந்த நதிக்கரையிலே உள்ள மலையைக் குடைந்துதான் குடவரை அமைத்திருக்கிறார்கள். அக்குடவரையில் தான் சிற்ப வடிவங்களைச் செதுக்கியிருக்கிறார்கள்; சித்திரங்களை எழுதியிருக்கிறார்கள். இந்தக் குடவரைகளில் சில இரண்டாயிரம் வருஷங்களுக்கு முன்னமையே அமைந்தது என்கிறார்கள். பின்னர் இதெல்லாம் புதர் மண்டிக் கிடந்திருக்கிறது. பத்தொன்பதாம் நூற்றாண் டின் முற்பகுதியில் இந்த மலைக்கு வந்த ஒரு ஆங்கிலேயர்தான் இந்த குகைகளைக் கண்டு பிடித்திருக்கிறார். பின்னர் புதர்களை எல்லாம் நீக்கி அடைந்து கிடந்த மண்ணையும் வெட்டி எடுத்திருக்கிறார்கள், அப்படிக் கண்டுபிடிக்கப்பட்ட குடவரைகள் 30. இவைகளில் 9,10,19,26,29 நம்பர் உள்ள குடவரைகள் எல்லாம் சைத்தியங்கள்; மற்றவை எல்லாம் சங்கராமாங்கள். இவைகளையே விகாரங்கள் என்றும் அழைக்கின்றனர். ஒன்று சொல்ல மறந்துவிட்டேனே! அஜந்தா குடைவரைகள் எல்லாம் பௌத்த சமயத்தைச் சார்ந்தவை, சைத்தியங்களிலெல்லாம் புத்த பகவானை வடித்து மக்கள் வணங்க வகை செய்திருக்கிறார்கள். விகாரங்கள் எல்லாம் பௌத்த பிக்ஷுகள் வந்து தங்க ஏற்பட்ட மடங்கள் போன்றவை. பௌத்த மத்திலும் இரண்டு பிரிவு இருந்திருக்கின்றன. ஹினாயனா பௌத்தம், மகாயானா பௌத்தம் என்று, ஆதியில் புத்தரை வடிவில் அமைத்து வணங்கி வரவில்லை. பின்னரே புத்தரைச் சிலை வடிவில் அமைத்து வணங்கி வழிபட ஆரம்பித்திருக்கிறார்கள். ஆதலால் முதன் முதல் வெட்டிச் செதுக்கிய குடைவரைகளில் புத்தர் சிலை வடிவில் இருக்கமாட்டார், 8, 9, 10, 12, 13, 30 குகைகளே முதல் முதல் அமைக்கப்பட்டவை என்று சரித்திர ஆசிரியர்கள் கருதுகின்றனர். இவைகளிலும் காலத்தால் முந்தியது 10ஆம் நம்பர் குடைவரையே. இது கி.மு. இரண்டாம் நூற்றாண்டிலேயே அமைக்கப்பட்டிருக்க வேண்டும். மற்றவை எல்லாம் கி.பி. ஐந்தாம் நூற்றாண்டிலும் அதற்குப் பின்னும் அமைக்கப்பட்டவை. இக்குடைவரைகளை அமைக்க முதலில் குந்தாலி என்னும் கோடரியை உபயோகித்திருக்க வேண்டும். பின்னரே உளியும் சுத்தியும் கொண்டு சுவர்கள் அமைத்தும் சிற்ப வடிவங்கள் வடித்தும் உருவாக்கியிருக்க வேண்டும். இந்தியக் குடைவரை

அமைப்புக்களை ஆராய்பவர்களுக்கு அஜந்தா குடைவரை ஒரு அற்புதமான நிலைக்களனாக அமையும்.

அஜந்தா குடைவரைகளின் சிறப்பான அம்சம் அங்குள்ள சித்திரங்களே. சித்திரங்கள் எல்லாம் இத்தனை ஆண்டுகள் கழிந்தாலும் அழியாத வண்ண ஓவியங்களாக இருப்பது அதிசயிக்கத்தக்கதே. இந்தச் சித்திரங்களிலும் காலத்தால் முந்தியவையாக இருப்பது 9, 10 குடைவரைகளேதான். காலத்தால் இச்சித்திரங்கள் வேறுபட்டிருந்தாலும் வேலைத் திறனில் ஒன்றுக்கு ஒன்று குறைந்ததாகவே இல்லை. அவைகளிலுள்ள அழகு, உணர்ச்சிகளை உருவாக்கும் திறம், பெண்கள் நிற்கும் கோலம் எல்லாவற்றையும் பற்றி எவ்வளவு சொன்னாலும் மாளாது. சித்திர உலகிலேயே ஒரு அற்புத சாதனை என்று அறுதியிட்டுக் கூறலாம்.

அஜந்தா சித்திரங்கள் எல்லாம் புத்தர், போதிசத்தவர் - இவர்கள் வாழ்க்கையோடு ஒட்டிய வரலாறுகள், புத்த ஜாதகக் கதைகள் இவைகளை ஒட்டிய சித்திரங்களாகவே இருக்கக் காண்போம். சொல்லால் விளக்க முடியாத அரிய விஷயங்களை எல்லாம் வண்ணத்தால் விளக்க முனைந்திருக்கிறார்கள் இந்த சித்ரீகர்கள். எல்லா நிலையிலும் உள்ள ஆடவர், பெண்டிர், குழந்தைகள் அவர்களது ஆசாபாசங்கள், மனித வாழ்க்கையிலுள்ள மேடு பள்ளங்கள், இன்ப இந்தியக் கலைச் செல்வம் துன்பம் முதலிய மனித உணர்ச்சிகள், இந்நிலவுல கில் மக்கள் படும் துயரங்கள் இன்னும் என்ன என்ன எல்லாமோ உருவாகியிருக்கின்றன அற்புதச் சித்திரங்களாக. இலை மட்டும்தானா? மக்கள் வாழ்வு, அவர்கள் அணிந்திருந்த ஆடைகள், ஆப்ரணங்கள், போர் வீரர்களது ஆயுதங்கள், மக்கள் உபயோகித்து வந்த பாண்டங்கள், இசைக் கருவிகள் போன்றவைகளையும் சித்திரத்தில் உருவாக்கி நமது முன்னோர்களின் நாகரிகத்தையும் கலாச்சாரத்தையும் அறிய ஒரு அரிய சரித்திர ஏடாகவும் இச்சித்திரங்கள் அமைந்திருக்கின்றன. மக்கள் மட்டுமல்ல; அந்த மக்கள் மனதில் உருவாகியிருந்த யக்ஷர்கள், கின்னரர்கள், கந்தருவர், அப்சரஸ்கள் எல்லாம் அங்கே நமக்குத் தரிசனம் கொடுக்க வந்து விடுகிறார்கள். இத்தனையும் அஜந்தா குடைவரையிலுள்ள சுவரிலேதான். விதானங்களில் தாமரைகள், அன்னங்கள் எல்லாம் நிறைந்த அழகிய கோல வடிவங்கள். எல்லாவற்றிலும் பரிணமிப்பது அழகு, அழகு, அழகு என்பது தான். கல்லின் மீது சாந்து பூசி அந்தச் சாந்தின் ஈரம் உலர்வதன் முன்னே மூலிகைகளும், மணிக் கற்பொடிகளும் சேர்த்து அரைத்த வண்ணத்தைக் கொண்டு சித்திரம் தீட்டியிருக்க வேண்டும். அதனாலேயே ஆயிரக்கணக்கான வருஷங்கள் ஆகியும், அச்சித்திரங்கள் எல்லாம் அழியாத வண்ண ஓவியங்களாக இருக்கின்றன.

சித்திரங்களின் ஜாபிதாவைக் கொடுத்து உங்களைத் திணற அடிக்கும் நோக்கம் எனக்கு இல்லை. ஆனால், அதே சமயத்தில் கட்டாயம் காண வேண்டிய சித்திரங்கள் என்ன என்ன என்று சொல்லாமல் இருக் கவும் விருப்பம் இல்லை. முதல் குடைவரையிலே உள்ள சித்திரங்களில் கையில் தாமரை மலர் ஏந்தி நிற்கும் போதிசத்துவர் மிகவும் அழகு வாய்ந்த சித்திரம்; அவரையே பத்மபாணி என்றும் கூறுவர். அதே குடைவரையில் தன்னிடம் அடைக்கலம் புகுந்த புறாவிற்காக தன் சதையையே அறுத்துக் கொடுத்த சிபிச் சக்ரவர்த்தியின் வரலாறும் சித்திரமாகத் தீட்டப்பட்டிருக்கிறது. இரண்டாவது குடைவரையில் ஒரு சாம்ராஜ்ய சக்ரவர்த்தியின் காலடியில் ஒரு பெண் வீழ்ந்து வணங்கி மன்னிப்புப் பெறும் காட்சி உருவாகி இருக்கிறது. இந்தச் சித்திரம் யாரைக் குறிக்கிறது என்று தெரியவில்லை என்றே பலரும்

கருதுகிறார்கள். என்றாலும் அமரர் கல்கி அவருடைய சிவகாமி சபதம் என்ற அற்புத நவீனத்தில், இது தமிழ்நாட்டு நடன சிங்காரியாம் சிவகாமி, புலிகேசியின் காலடியில் விழுவதாக புலிகேசி கற்பனை செய்து எழுதியது என்று குறிப்பிடுகிறார். பதினேழாவது குடைவரையில் தன்னை அலங்கரிக்கும் அரசிளங்குமரி ஒருத்தியும் அவளைச் சுற்றி நிற்கும் பணிப் பெண்கள் நால்வரையும் சித்திரித்திருக்கிறார்கள். அஜந்தா பெண்கள் எல்லாம் அழகு வாய்ந்தவர்கள்; 'அழகுக்கு அழகு செய்யும் தலை அலங்காரக் கலையில் வல்லவர்கள் என்பதை இந்தச் சித்திரம் நன்கு விளக்குகிறது' என்று மேல் நாட்டு விமர்சகர்கள் வாயாரப் புகழ்கிறார்கள். இந்த பதினேழாவது குடைவரை யிலே தன் மனைவி யசோதரையையும் தன் மகன் ராகுலனையும் பிக்ஷைப் பாத்திரத்துடன் சந்திக்கும் புத்த பகவானையும் பார்க்கிறோம். தாய் - சேய் இவர்கள் உள்ளத்தில் புத்தர் எவ்வளவு உயர்ந்திருக்கி றார் என்பதை உருவகிக்க புத்தரை மிகப்பெரிய உருவில் சித்திரித்து இருக்கிறார் சித்ரீகர். இப்படி எண்ணற்ற சித்திரங்களைத் தீட்டி ஒரு அற்புதக் கனவு உலகத்தையே சித்திரிக்கிறார்கள் அஜந்தா சித்ரீகர்கள். சித்திரத்தில் மாத்திரம் அஜந்தா சிறந்திருக்கிறது என்றில்லை; இங்குள்ள சிற்ப வடிவங்களும் சிறப்பானவையே. ஒரு பானைச் சோற்றுக்கு ஒரு சோறு பதம் என்பது போல, முதல் குடைவரையிலேயுள்ள புத்தர் சிலை ஒன்றை மட்டும் பார்த்தால் போதும். ஒரே சிலைதான் என்றாலும் மூன்று கோணத்தில் நின்று பார்த்தால் முகத்தில் மூன்று பாவங்கள் தெரியும். நேரே நின்றால் நம்மைப் பார்த்து புன்னகை புரிவார். வலது புறம் ஒதுங்கினால் அப்படியே தியானத்தில் இருந்து விடுவார். இடப்புறம் ஒதுங்கினால் முகத்திலே ஒரு சாந்தியை நிலவ விடுவார். இப்படி உள்ளத்தில் உள்ள உணர்ச்சிகளை எல்லாம் உருவாக்கிக் காட்டும் அற்புத சிற்பமாக முதல் குடைவரையிலே புத்த பகவான் நமக்குத் தரிசனம் கொடுக்கிறார். அஜந்தாவில் உள்ள அதிசயச் சிற்பங்கள் பல வற்றை நான் உங்களுக்குக் காட்டக் கூடும் என்றாலும் சிற்ப உலகில் அஜந்தாவைவிடச் சிறப்பான எல்லோராவிற்கும் இன்றே செல்ல திட்டமிட்டிருக்கிறோமே! ஆதலால் அஜந்தாவிலேயே உங்களை நிறுத்தும் ஆசையை அடக்கி இனி உங்களை எல்லோராவிற்கு அழைத்துச் செல்ல விரைகிறேன்.

அஜந்தாவிற்குத் தென் மேற்கே அறுபது மைல் தூரத்தில் எல்லோரா இருக்கிறது. ஆனால், அஜந்தாவிலிருந்து குறுக்கு வழியாக எல்லோரா செல்வதற்குப் பாதை இல்லை. அஜந்தாவிலிருது அவுரங்கா பாத்திற்குத் திரும்பி அதன் பின் பதினேழு மைல் மேற்கு நோக்கிச் சென்றால் எல்லோரா வந்து சேருவோம். எல்லோராவின் சிறப்பு அங்குள்ள குடைவரைகளில் இந்து, சமணம், பௌத்தம் என்னும் மூன்று சமயங்களும் ஒன்றி உறவாடுவதுதான். தேசீய ஒரு மைப்பாட்டைப் பற்றி. இன்று அதிகம் பேசும் நாம், எவ்வளவோ காலத்திற்கு முன்னாலேயே சமயம் மூலம், கலை மூலம் அந்த ஒருமைப்பாட்டை உருவாக்க நமது கலைஞர்களும் அவர்களை ஆதரித்த மன்னர்களும் முயன்றிருக்கிறார்கள் என்று அறிகிற போது மிக்கதொரு உவகையையே அடைகிறோம். இங்கு இருப்பது 34 குடைவரைகள், அவைகளில் சரிபாதி - ஆம், பதினேழு குடைவரைகள் இந்து சமயச் சார்புடையவை; பன்னிரெண்டு பௌத்த மதச் சார்பும், ஐந்து சமண மதச் சார்பும் உடையவை. இவைகளில் காலத்தால் முந்தியது பௌத்த குடைவரைகளே. அவை கி.பி. நான்காம் நூற்றாண்டிலிருந்து ஏழாம் நூற்றாண்டிற்குள் உருவாகி இருக்க வேண்டும் என்று கருதுகின்றனர் கலை விமர்சகர்கள், இவைக ளில் பல மகாயான பௌத்தர் காலத்தியவை என்றும் கணக்கிடுகின்றனர்.

பௌத்த குடைவரைகளில் எல் லாம் சிறப்பானது பத்தாவது குடைவரையே. அதனையே விஸ்வ கர்ம சைத்தியம் என்கின்றனர். வாயிலையே பிரமாதமான அழகுடன் சிற்பி செதுக்கியிருக்கிறான்; அதனைப் பார்த்தால் ஏதோ மரத்தில் செய்து ஒண்டித்து வைத்திருக்கும் வேலைதானோ என்று தோன்றும். கல்லில் அதுவும்; ஒரு பெரிய மலையைக் குடைந்து அமைத்திருக்கிறார்கள் என்று எண்ணவே முடியாது. அந்த சைத்தியம் 26 அடி அகலமும் 85 அடி நீளமும் 34 அடி உயரமும் உள்ள குடைவரை. அதன் கூரை 50 அடி உயரத்தில் கஜப்பிரஷ்ட ஆகிருதி உடையது. இந்த சைத்தியத்தின் மத்தியில் பதினாறு அடி உயரத்தில் ஒரு ஸ்தூபம்; அந்த ஸ்தூபத்தின் முன்னால் பன்னிரெண்டடி உயரத்தில் ஒரு புத்த விக்கிரகம் உட்கார்ந்திருக்கும் பாணியில் அதனை உருவாக்கியிருக்கிறான் சிற்பி. போதி மரத்தடியில் ஞானோதயம் பெற்ற நிலையில் புத்த பகவான் அங்கே இருந்து நமக்குக் காட்சி தருகிறார். விதானங்களில் எல்லாம் கந்தருவர்களும் வித்யாதரர்களும் அந்த சைத்தியத்தில் நின்று கொண்டு மெதுவாக 'புத்தம் சரணம் கச்சாமி, சங்கம் சரணம் கச்சாமி, தர்மம் சரணம் கச்சாமி' என்று சொன்னால் அந்த ஒலி எதிரொலித்து நம் காதுகளை மாத்திரம் அல்ல, நம் உள்ளத்தையே பரவசப்படுத்தும். அங்குள்ள புத்த பகவானுக்கு நம் வணக்கத்தைச் செலுத்தி விட்டு கொஞ்சம் காலை எட்டிப் போட்டால் பதினாறாவது குடைவரை வந்து சேருவோம். அதுதான் உலகப் பிரசித்தி பெற்ற கைலாயக் குடைவரை. இக்குடைவரைதான் உலகம் முழுவதிலும் உள்ள மிகச் சிறந்த குடைவரை என்று கலைஞர்கள் கூறுகிறார்கள். இக்குடைவரை மற்றைய குடைவரைகளைப் போல மலைச்சரிவின் பக்கத்திலிருந்து குடைந்து எடுக்கப்பட்டது அன்று. வானுலகில் இருந்து இறங்கிய விஸ்வகர்மன் ஒரு மலையின் உச்சியில் இறங்கியிருக்கிறான். அவன் இறங்கிய இடத்திலிருந்து மலையை வெட்டிச் செதுக்கியே பூமியின் தளத்திற்கு வந்திருக்கிறான். இதனால் சாரம் கட்ட வேண்டிய நிர்ப்பந்தம் எல்லாம் இல்லாமல் அவனால் இக்குடைவரை அமைக்க முடிந்திருக்கிறது. இக்குடைவரையை உருவாக்கக் குறைந்தது ஒரு நூறு வருஷமாவது ஆகியிருக்க வேண்டுமென்று தோன்றுகிறது. இக்குடைவரையைக் குடைந்து கிட்டத்தட்ட 300 லட்சம் கன அடியுடைய கற்களை அப்புறப்படுத்தியிருக்க வேண்டும் என்றும் கணக்கிடுகின்றனர், இது. எல்லாம் அதிசய சாதனைதான். என்றாலும் இப்படி ஒரு குடை வரையை உருவாக்கத் திட்டமிடுவதற்கு எவ்வளவு சிந்தனை செய்திருக்க வேண்டும், எவ்வளவு கற்பனை அந்தச் சிந்தனையில் உதித்திருக்க வேண்டும் என்றெல்லாம் நம்மால் கற்பனை பண்ணவே இயலவில்லை. இக்குடைவரை மற்றக் குடைவரைகளைப் போல் அல்லாமல் ஒரு பெரிய வெளிப் பிரகாரம் அமைத்து அந்தப் பிரகாரத்தின் நடுவிலே 150 அடி நீளமும் 100 அடி அகலமும் உள்ள ஒரு பெரிய கோயில் ஒன்றையே உருவாக்கியிருக்கிறான். பிரதான கோயிலே சோழ நாட்டு மாடக் கோயிலைப் போல 25 அடி மாடத்தின் மேல்தான் செதுக்கப்பட்டிருக்கிறது. அந்த 25 அடி உயரம் உள்ள மலைச் சுவர்களில் எல்லாம் யானைகளும் யாளிகளும், சிங்கங்களும் உருவாகியிருக்கின்றன. இந்தக் கைலாயத்தை உருவாக்குவதற்கு கற்பனை, அன்று இராவணன் கைலை மலையையே அசைத்த கதை நின்று உதவியிருக்கிறது.

கறித்தவன் கண் சிவந்து
கயிலை நன்மலையைக் கையால்
மறித்தலும் மங்கை அஞ்ச

வான்வர் இறைவன் நக்கு
நெறித்தொரு விரலால் ஊன்ற
நெடுவரை போல வீழ்ந்தான்

என்று நமது நாவுக்கரசர் பாடுகின்ற கவிதை அங்கே கல்லாலே வடித்த காவியமாக மலர்ந்திருக்கிறது. இந்த அற்புத சிற்பவடிவில் பல பகுதிகள் சிதைந்திருந்தாலும் அதைக் காணும் நம் உள்ளத்தில் ஒரு உன்னத எழுச்சியையே தருவதாக இருக்கிறது. இந்தச் சிற்ப வடிவின் அழகிலேயே மெய்மறந்து நின்று விடாமல் பக்கங்களிலுள்ள படிகளில் ஏறி., மேலே சென்று, அங்கு லிங்க வடிவில் உருவாகியிருக்கும் கைலாய நாதனை வணங்கலாம். அஞ்சாத கயிலாய மலை எடுத்த அரக்கர்கோன் தலைகள் பத்தும் மஞ்சாடு தோள் நெறிய அடர்த்த அந்த கைலாயர், தஞ்சைப் பெருவுடையாரைப் போல் பெரிய ஆகிருதி படைத்தவர் அல்ல என்றாலும் ஏழு எட்டு - அடி உயரத்திற்குக் குறையாத வடிவினர். சதுரமான ஆவுடையார் பேரில் அவர் உருவாகி இருக்கிறார். இவர் இருக்கும் கருவறைக்கு முன்னாலே ஒரு பெரிய மகா மண்டபம்; இம் மண்டபத்தைப் பதினாறு தூண்கள் தாங்கி நிற்கின்றன. அம் மண்டபத்துச் சுவர்களில் ராமாயண வரலாற்றுச் சித்திரங்கள் எல்லாம் உப்புச உருவில் உருவாகி இருக்கின்றன. இந்த மகா மண்டபத்தையும் முந்திக் கொண்டு இருபது அடி சதுரமுள்ள ஒரு மண்டபத்தில் சிவபிரானின் வாகனமான நந்தி ஒன்று உருவாகியிருக்கிறது. இவற்றையெல்லாம் பார்த்து விட்டு அடுத்த பக்கத்திலுள்ள படிக்கட்டுகள் வழியாக இறங்கி வெளிப்பிரகாரத்தைச் சுற்றினால் அங்கு பக்கத்திற்கு ஒன்றாக உருவாகியிருக்கும் தத்ரூபமான யானைகள், துவஜ ஸ்தம்பங்களைக் காணலாம். சிதைந்திருப்பதினால்தான் அந்த யானைகள் உயிர் உள்ளவை அல்ல என்றும் தெரிந்து கொள்ளலாம். இந்த வெளிப் பிரகாரத்தை அடுத்து கல்லிலே குடைந்து அமைத்திருக்கும் வராந்தா போன்ற மண்டபத்திலேதான் எண்ணிறந்த சிற்ப வடிவங்கள் அர்த்தநாரி, கங்காதரர், திரிபுராந்தகர் முதலிய சிவ மூர்த்தங்கள் மகாவிஷ்ணுவின் பல கோலங்கள் ஹரியும் ஹரனும் இணைந்து நிற்கும் கோலம் எல்லாம் காணலாம். எத்தகைய ஒருமைப்பாட்டு உணர்ச்சியோடு இந்த கைலாசக் குடைவரை உருவாகியிருக்க வேண்டும் என்று அதிசயித்தும் நிற்கலாம்.

இந்து சமயச் சிறப்பை எல்லாம் காட்டும் இந்தக் கைலாசக் குடைவரையைக் காட்டிய பின் மற்றக் குடைவரைகளுக்கும் உங்களை இழுத்தடிக்கும் நோக்கம் எனக்கில்லை. என்றாலும் சமணக் குடைவரை ஒன்றையாவது காட்டாமல் விட்டுவிடுவேனானால் இந்தப் பேச்சு பூரணத்துவம் பெற்றதாகாதே! ஆதலால் இப்போது என்னுடன் விறுவிறு என்று வடக்கு நோக்கி ஒன்றரை மைல் நீங்கள் நடக்க வேண்டும். அங்குதான் சமணக் குடைவரைகளில் சிறந்ததான இந்திர சபா இருக்கிறது. இதுவும் இருநூறு அடி தூரம் மலையைக் குடைந்து அமைத்த குடைவரைதான். இதற்கு ஒரு மாடிக் கட்டடம் வேறே இருக்கிறது. மாடியில் உள்ள மண்டபத்தைச் சிற்ப வேலைப்பாடுகள் நிறைந்த பன்னிரெண்டு தூண்கள் தாங்கி நிற்கின்றன. அம்மண்டபத்தைச் சுற்றியே 24 தீர்த்தங்கரரின் வடிவங்கள் உருவாகியிருக்கின்றன. அம்மண்டபத் தில் இந்திரன் கொலு இருக்கிறான். அவன் காலடியில் ஐராவதம் நிற்கிறது. இந்த இந்திர சபாவே எல்லோராவில் உள்ளவைகளில் கலை அழகு நிரம்பியது என்று சிலர் கருதுகின்றனர்.

எல்லோராவில் உள்ள குடைவரைகளில் அதிமுக்கியமான குடைவரைகளுக்கு எல்லாம் உங்களை அழைத்துச் சென்றுவிட்டேன். அவகாசமும் வசதியும் உள்ளவர்கள் ஒரு நடை செல்லலாம். ஆற அமர இருந்து குடைவரை குடைவரையாகச் சுற்றலாம். எப்படி அஜந்தா சித்திரக் கலையில் மகோந்நத ஸ்தானம் வகிக்கிறதோ அப்படியே சிற்ப உலகில் மகோந்நத ஸ்தானம் வகிக்கும் எல்லோராவையும் பார்த்து விட்டோம் என்ற நிறைந்த மனதிருப்தியோடு ஊர் திரும்பலாம்.

3. கஜுராஹோ புவனேஸ்வரம் கோயில்கள்

தமிழ்நாட்டின் சரித்திர ஏடுகளைப் புரட்டினால் கி.பி. பத்தாம் நூற்றாண்டின் இறுதிக் காலம், கலை உலகில் ஒரு பொற்காலம் என்று அறிவோம். சோழ சாம்ராஜ்யத்தின் மகோந்நதமான காலம் அது. ஆம். அந்த சாம்ராஜ்யத்தை உருவாக்குவதில் பெரியதொரு பங்கு ராஜ ராஜ சோழனுடையது தானே? 985-இல் அரியணை ஏறிய அந்த ராஜ ராஜன் படை கொண்டு சென்று சேரர், பாண்டியர், பல்லவர், சாளுக்கியர் எல்லோரையும் வென்று அவரவர் நாடுகளை எல்லாம் சோழ சாம்ராஜ்ஜியத்தின் கீழ் கொண்டு வந்திருக்கிறான். காந்தளூரில் கலம் அறுத்து, பாண்டியன் அமர புஜங்களை முறியடித்து, வேங்கை நாட்டையும் கங்கபாடியையும் அடிமை கொண்டு நுளம்பபாடி யைக் கைப்பற்றி, குடமலை நாடு, கொல்லம், கலிங்கம் முதலிய நாடுகளின் பேரிலும் படை கொண்டு சென்று வெற்றி மேல் வெற்றி பெற்றிருக்கிறான். இத்துடன் திருப்தி அடையாமல் கடல் கடந்து சென்று ஈழ நாட்டையும், மும்முடிச் சோழ மண்டலம் ஆக்கி இன்னும் அலைகடல் நடுவில் பல கலம் செலுத்தி, முந்நீர்ப் பழந்தீவு பன்னீராயிரத்தையும் கைப்பற்றி ஜயங்கொண்ட சோழனாகவே திரும்பியிருக்கிறான். இப்படி அகண்டதொரு தமிழகத்தை உருவாக்கிய ராஜ ராஜனது உள்ளம் ஏனோ நிறைவு பெற்றதாக இல்லை. அவனுக்குத் தெரியும், இந்த அகண்ட தமிழகம், தக்ஷிணப் பிரதேசம் என்றும் நிலைத்து இராது என்று. ஆதலால் அகண்ட தமிழகத்தை விட ஒரு உயர்ந்த தமிழகத்தை உருவாக்க வேண்டாமா என்று எண்ணியிருக்கிறான். அந்த உயர்ந்த தமிழகத்தை உருவாக்குவதில் முதற்படியாக, ஒரு பெரிய கோயிலையே கட்ட முனைந்திருக்கிறான். எண்ணூறு அடி நீளமும், நானூறு அடி அகலமும் உள்ள ஒரு பரந்த வெளியை தலைநகரான தஞ்சையிலே தேர்ந்தெடுக்கிறான். அந்தப் பரந்த வெளியிலே ஏழு வாயில்கள், நான்கு மண்டபங்களைக் கட்டியிருக்கிறான். பெரியதொரு கருவறை அமைத்து அக்கருவறையின் பேரிலே 216 அடி உயரத்திலே தக்ஷிண மேரு என்னும் விமானத்தை உயர்த்தியிருக்கிறான். அக்கோயிலை பெரிய கோயில் என்றே அழைத்திருக்கிறான். அக்கோயிலின் பெயருக்கு ஏற்ப அங்கே 18 அடி உயரமுள்ள பெரிய லிங்க உரு. - ஒன்றையும் பிரதிஷ்டை செய்து அவரைப் பெருஉடையார் என்று வாழ்த்தி வணங்கியிருக்கிறான். பெரு உடையாருக்கு ஏற்ற வகையில் பெரிய பெரிய சிற்பங்களை கல்லிலும் செம்பிலும் உருவாக்கியிருக்கிறான். இப்படி ஒரு உயர்ந்த தமிழகத்தை ராஜராஜன் உருவாக்கியது பத்தாம் நூற்றாண்டின் கடைசிப் பகுதி என்று சரித்திர ஏடுகள் சொல்லுகின்றன. சென்ற வருஷம் நான் வடநாட்டுத் தலங்களைக் காணச் சென்றபோது எனக்கிருந்த அதிசயம் என்ன வென்றால் வடநாட்டில் உள்ள பல பிரபலமான கோயில்கள் எல்லாம் அதே பத்தாம் நூற்றாண்டின் பிற்பகுதியிலும் பதினோ-

றாம் நூற்றாண்டின் முற்பகுதியிலுமே எழுந்தவை என்பதுதான். இவைகளில் சிறப்பானவை ராஜஸ்தானத்தில் உள்ள அபூமலையில் உள்ள டில்வாரா சமணக் கோயில்கள். ஒரிசா என்னும் கலிங்கத்தில் உள்ள புவனேஸ்வரர் கோயில்கள், மத்திய பிரதேசத்திலுள்ள கஜுராஹோ கோயில்கள். இவைகள் எல்லாமே தமிழ்நாட்டில் ராஜராஜன் பெரிய கோயில் கட்டிய போது, சற்றேறக்குறைய அதே காலத்தில் கட்டப்பட்டவைதான். ஆம்! பத்தாம் நூற்றாண்டின் பிற்பகுதியில் தமிழ்நாட்டில் மாத்திரம் அல்ல இந்திய நாடு முழுவதுமே ஒரு எழுச்சி இருந்திருக்கிறது. அந்த எழுச்சியின் காரணமாகவே கலை வளர்ந்திருக்கிறது. காவியம் விரிந்திருக்கிறது. ஏன், நாட்டின் பெருமையே வானளாவ உயர்ந்திருக்கிறது, தமிழ்நாட்டுப் பெரிய கோயிலைச் சிலர் பார்த்திருப்பீர்கள். இல்லாவிட்டால் அதைப் பற்றிப் பல தடவையாவது கேட்டிருப்பீர்கள். ஆதலால் இன்று கஜுராஹோ கோயில்களுக்கும் புவனேஸ்வரம் கோயில்களுக்கும் உங்களை அழைத்துச் செல்ல விரும்புகிறேன்.

இந்திய நாட்டின் கட்டிடக் கலையை விமர்சனம் செய்யும் இந்தியர் அதனை நாகரம், வேசரம், திராவிடம் என்று மூன்று வகைப்படுத்திக் கூறுவர். ஆனால், ஆங்கில விமர்சகர்களோ, இவற்றை ட்ரெவிடியன், இன்டோ ஆரியன் (Dravidian, - Indo Aryan) என்ற இரண்டே வகையில் அடக்கி விடுவர். இந்த முறைப்படி கஜுராஹோ புவனேஸ்வரம் கோயில்கள் எல்லாம் இண்டோ ஆரியன் கட்டிடக் கலை வகையைச் சேர்ந்தவையே. தென்னிந்தியத் திராவிடக் கட்டிடக் கலைக்கு மாறுபட்டவை என்றாலும், இரண்டு விதமான கட்டிடக் கலைகளுக்கும் ஒருமைப்பாடுகள் இல்லாமல் இல்லை. நம் நாட்டுக் கோயில் வாயில்களில் காணும் கோபுரங்களை அங்கே காண முடியாவிட்டாலும் கருவறைமேல் நாம் கட்டியிருக்கும் விமானங்களைப் போல் பெரிய பெரிய சிகரங்களை அமைத்திருக்கிறார்கள். கருவறையை அடுத்த அர்த்த மண்டபமே அங்கு அந்தரங்கமாகிறது. அதையே ஜகன் மோகன மண்டபம் என்றும் அழைத்திருக்கின்றனர். அதனை முந்திக் கொண்டிருக்கும் மகா மண்டபமே அங்கு சபா மண்டபமாக அமைகிறது. இன்னும் நம் கோயில்களில் உள்ள நூற்றுக்கால் மண்டபம், ஆயிரங்கால் மண்டபம் முதலியன அங்கு காணப் பெறாவிட்டாலும் அங்கு நர்த்தன மந்திர், போகமந்திர் என்னும் மண்டபங்கள் இருக்கின்றன. இந்த அடிப்படை ஒற்றுமை வேற்றுமைகளை மட்டும் ஞாபகத்தில் வைத்துக் கொண்டு நாம் கஜுராஹோ புவனேஸ்வரம் கோயில்களைச் சுற்றிப் பார்க்கலாம்.

அன்று விந்தியப் பிரதேசம் என்று அமைக்கப்பட்டு இன்று மத்திய பிரதேசத்துள் இணைந்திருக்கும் பண்டல் கண்டு பகுதியிலேதான் கஜுராஹோ என்ற தலம் இருக்கிறது. இரயிலில் செல்வதானால் ஹர்பால்பூர் என்ற இடம் வரை ரயிலில் சென்று, அங்கிருந்து 60 மைல் பஸ்ஸில் பிரயாணம் செய்ய வேண்டும். கார் வசதி உடையவர்கள் ஆக்ரா, குவாலியர், ஜான்சி வழியாகச் செல்லலாம், கஜுராஹோ... கஜுராஹோ என்றால் என்ன? அதன் பெயர் நம் வாயில் நுழையமாட்டேன் என்கிறதே என்று நீங்கள் முணுமுணுப்பது என் காதில் கேட்கிறது. நம் நாட்டில் காணும் ஈச்சமரங்களை அந்தப் பிரதேசங்களில் கஜுர் மரங்கள் என்கின்றனர். அங்குள்ள கோயில் கதவுகளில் தங்க கஜுர் மரங்கள் இரண்டு இடம் பெற்றிருந்ததின் காரணமாக இந்தப் பெயர் வந்தது என்று வரலாறு கூறுகிறது. அதைவிட ஒரு காலத்தில் கஜுர் மரங்கள் நிறைந்து அடர்ந்த காடாக அந்தப் பிரதேசம் இருந்திருக்க வேண்டும், அதனால் அந்த வட்டாரத்தை கஜுராஹோ என்று அழைத்திருக்க வேண்டும்

என்று தோன்றுகிறது எனக்கு.

இங்குள்ள கோயில்கள் எல்லாம் ஒரு பெரிய ஏரியைச் சுற்றி நிற்கின்றன என்று ஒரு வர்ணனை. இன்று அந்தப் பிரதேசத்தில் உள்ள கஜுர் சாகர், நிறோறாதால் என்று கூறப்படும் ஏரியையே அன்று அப்படிக் குறிப்பிட்டிருக்க வேண்டும் என்று எண்ணத் தோன்றுகிறது. பத்தாம் நூற்றாண்டில் இந்த கஜுராஹோ ஒரு பெரிய நகராக இருந்திருக்க வேண்டும். அப்போது அந்தப் பிரதேசத்தை ஆண்ட சண்டேலா மன்னர்களே, இங்குள்ள கோயில்களைக் கட்டியவர்கள் என்று வரலாறு கூறுகிறது. இந்த சண்டேலா மன்னர்கள் ரஜபுத்திர வம்சத்தைச் சேர்ந்தவர்களாக இருந்திருக்கிறார்கள். சந்திர வம்சத்து அரசர்கள் என்று தங்களைக் கூறிக் கொண்ட்தின் காரணமாகவே இவர்களைச் சரித்திரம், சண்டேலா வம்சத்தவர் என்று அழைக்கிறது. இவர்கள் அந்த வட்டாரத்தில், எட்டு மைல் சதுர வெளியுள்ள பரப்பில் 85 கோயில்களைக் கட்டினார்கள் என்று சொல்லப்படுகிறது.

ஆனால், இன்று இருப்பவை எல்லாம் இருபது கோயில்களே. இவைகளே, அந்த மன்னர்களின் கலை ஆர்வத்தை விளக்கப் போதியதாகும். இக்கோயில்கள் எல்லாம் கி.பி. 950 முதல் 1050 வரை உள்ள ஒரு நூறு வருஷ காலத்திற்குள்ளேயே கட்டப்பட்டவை என்றும் தெரிகிறது. இந்த மன்னர் பரம்பரையில் முந்தியவர்கள் எல்லாம் நல்ல விஷ்ணு பக்தர்களாக இருந்திருக்கின்றனர். பிந்தியவர்களோ சிவ பக்தர்கள். ஆதலால் விஷ்ணுவுக்கும் சிவனுக்கும் பல கோயில்கள் கட்டப் பெற்றிருக்கின்றன. இப்படி இவர்கள் சைவ - வைஷ்ணவ பக்தர்களாக இருந்தாலும், பௌத்தம், சமணம் முதலிய பிற மதங்களையும் வெறுத்தவர்களாகக் காணோம். இன்றும் கஜுராஹோவில் உள்ள சிறப்பான கோயில்கள் சமணக் கோயில்களாக இருப் பதைக் காண்கிறோம்.

இங்குள்ள கோயில்களில் சௌசத்யோகினி என்ற கோயில் ஒன்றே கஜுரா சாகர் கரையில் இருக்கிறது. அக்கோயில் சோழர் காலத்துக் கற்றளிகள் போல் முழுவதும் நல்ல கருங்கல்லாலேயே கட்டப்பட்டது. மற்ற கோயில்கள் எல்லாம் மஞ்சள் கலந்த சிவப்பு நிறக் கற்களாலேயே கட்டப்பட்டவை. இக்கல்லையே(Buff coloured sand stone)என்கின்றனர்.

நுணுக்க வேலைப்பாடுகள் செய்வதற்கே ஏற்றவகையில் அவை சிற்றுளிக்கு ஈடு கொடுத்து, நிற்கக் கூடியவை என்றும் தெரிகிறது. இக்கோயில்களுக்குப் பெரிய மதில்கள் ஒன்றும் கிடையாது. பிரம்மாண்டமான அளவிலும் அமைந்தவை அல்ல. இங்குள்ள பெரிய கோயிலான கந்தூரியா மகாதேவர் கோயிலே 102 அடி நீளமும் 66 அடி அகலமும் உள்ள ஒரு பெரிய மேடை மீதுதான் கட்டப்பட்டிருக்கிறது. அக்கோயில் சிகரமும் 101 அடி உயரமே. இனி இங்குள்ள கோயில் களைச் சுற்றிப் பார்க்கலாம்.

கஜுராஹோ சாகர் கரையில் உள்ள சவுசத் யோகினி கோயில் என்று ஒன்றை முன்னமே குறிப்பிட்டேன். அது ஒரு காளி கோயில் - 'சவுசத்' என்றால் அறுபத்தி நான்கு என்று பொருளாம். 64 யோகினிகள் அங்குள்ள காளியின் செடிகளாய் இருக்கிறார்கள் என்பதினாலேயே சவுசத் யோகினி கோயில் என்கின்றனர். 18 அடி உயரமுள்ள ஒரு மாடத்தின் மீது கோயில் கட்டப்பட்டிருக்கிறது. இந்தப் பாதாளக் கோயிலைச் சுற்றி 64 யோகினிகளுக்கும் சிறு சிறு குடில்கள் அன்று அமைத்திருக்கிறார்கள். ஆனால், இன்று இருப்பது 34 குடில்களே. மற்றவை எல்லாம் காலக் கதியில் அழிந்து போயிருக்க வேண்டும். இக்கோயிலுக்கு வடபுறம் உள்ள ஒரு திறந்த வெளியிலேதான் இங்குள்ள பிரதான கோயில்கள்

எல்லாம் இருக்கின்றன. அவைகளில் எல்லா வகையிலும் சிறப்பான கோயில் கந்தேரியா மகாதேவர் கோயில் தான். இதுவும் ஒரு பெரிய மாடத்தின் பேரிலே கட்டப்பட்டிருக்கிறது. நான்கு மூலைகளிலும் கட்டப்பட்ட சிறு குடில்கள் இடிந்து போய் விட்டன என்றாலும், பிரதான கோயில் அழியாமல் நிற்கிறது. அக் கோயிலின் ஒவ்வொரு அங்கமும் இந்தியக் கலைக் கோயில்களின் அருமையைப் பறை சாற்றிக் கொண்டிருக்கின்றன. கோயில் முகப்பில் கல்லாலேயே அமைத்த ஒரு தோரண வாயில். அதில்தான் எத்தனை எத்தனை சங்கீத விற்பன்னர்கள், எத்தனை வாத்தியங்களை வாசித்துக் கொண்டு நிற்கின்றனர். ஒருவரை ஒருவர் நெருக்கமாகவே அணைத்துக் கொண்டிருக்கும் காதலர் வடிவங்கள் தாம் எத்தனை எத்தனை? இன்னும் விண்ணில் பறக்கும் கந்தருவர்கள், யக்ஷ யக்ஷிகள் என்னும் பல வடிவங்கள் நிறைந்ததாக அத்தோரண வாயில் அமைந்திருக்கிறது. கோயில் சுவரில் எல்லாம் காத்திரமான நல்ல சிற்ப வடிவங்கள் பட்டை பட்டையாக மூன்று நான்கு அடுக்குகளில் காணப்படுகிறது. இவைகளில் எல்லாம் சிறப்பாயிருப்பவை பெண்களின் வடிவங்களே. அப்பெண்களின் அங்கங்கள் ஒவ்வொன்றுமே உயிர்த் துடிப்போடு விளங்கும். பார்க்கும் ஆடவர், உள்ளத்தை எல்லாம் கொள்ளை கொள்ளும், இவர்களுக்கு இடையில் கோயிலில் கருவறையிலே சலவைக் கல்லாலே லிங்க உருவில் மகாதேவர் எழுந்தருளியிருப்பார்.

இக்கோயிலுக்கு வடபுறமே தேவி ஜகதாம்பாள் கோயில். ஆதியில் இக்கோயிலில் மகாவிஷ்ணுவே பிரதிஷ்டை செய்யப்பட்டிருந்திருக்கிறார். பின்னரே அவரை எடுத்துவிட்டு கருத்த வடிவமான காளியைப் பிரதிஷ்டை செய்து, அவளை ஜகதாம்பாள் என்று அழைத்திருக்கின்றனர். இக்கோயிலுக்கு வடபுறம் உள்ள கோயிலை சித்த குப்தர் கோயில் என்கின்றனர். அங்கே மூல மூர்த்தியாய் நிற்பவர் சூரிய நாராயணனே. 5 அடி உயரத்தில் கம்பீரமாக ஏழு குதிரை பூட்டிய தேரில் ஏறிக் கொண்டு பவனி வருகிறார். இந்த இரண்டு கோயில் சுவர்களிலுமே எண்ணற்ற சிற்ப வடிவங்கள். இந்த முற்றத்தின் வடகிழக்குக் கோடியில் இருப்பது விஸ்வநாதர் கோயில். இந்த விஸ்வநாதர் கோயிலுக்கு எதிரேதான் பெரியதொரு நந்தி மண்டபம். இந்த விஸ்வநாதர் கோயில் சுவர்களில்தான் ஒரு பழக் குலையையும், கிளியையும் ஏந்திக் கொண்டு பெண்ணொருத்தி நிற்கிறாள். இன்னும் குழந்தையுடன் கொஞ்சிக் கொண்டிருக்கும் மங்கை ஒருத்தியும், வேணுகானம் செய்யும் நங்கை ஒருத்தியும் நிற்கிறார்கள். இங்குள்ள நந்தி ஆறு அடி உயரமே உள்ளது என்றாலும், நல்ல கம்பீரமான வடிவம். இந்த விஸ்வநாதர் கோயிலுக்கு தென்மேற்குப் பகுதியிலேதான் பார்வதி கோயில் இருக்கிறது.

இதற்கும் தென் பக்கத்தில்தான் லக்ஷ்மணன் கோயில் என்று அழைக்கப்படும் விஷ்ணு கோயில் இருக்கிறது. கந்தாரியா மகாதேவர் கோயிலுக்கு அடுத்தபடியாக உள்ள பெரிய கோயில் இதுதான். இக்கோயிலில் தான் மகாவிஷ்ணு லட்சுமி சமேதராக எழுந்தருளியிருக்கிறார். இன்னும் இங்கேயே பிரம்மாவும் சிவனும் வேறே தனித் தனி சந்நிதியில் நிற்கிறார்கள். வாயிலில் அமிருத மந்தன வரலாறு சிற்ப வடிவில் இருக்கிறது. கோயிலில் மூலவராக நிற்பவர் மூன்று திருமுகங்களுடனும் நான்கு திருக்கரங்களுடனும் நிற்கிறார். மூன்று முகத்தில் ஒரு முகம் மனித முகம். மற்றவை இரண்டும் நரசிம்ம முகமும், வராக முகமும். இத்தகைய ஒரு வடிவம் தென் தமிழ்நாட்டிலோ, அல்லது வடநாட்டிலோதான் உள்ளது. வேறு இடங்களில் காணக் கிடைப்பது அன்று. இந்த லட்சுமணன் கோயிலுக்குத் தெற்கே மதங்கேஸ்வரர்

கோயில் என்று ஒரு சிவன் கோயில் இருக்கிறது. அக்கோயிலின் எதிரே உள்ள மண்டபத்தில் ஒரு பெரிய, வராகம் நிற்கிறது. ஒன்பது அடி நீளமும், 6 அடி உயரமும் உள்ள இந்த வராகத்தின் உடலிலே எண்ணற்ற தெய்வ வடிவங்கள். அண்டங்கள் முழுவதையுமே உண்டவன் உரு அல்லவா அது!

இத்தனை கோயில்களை ஒரே மைதானத்தில் பார்த்த நாம், இனி கிழக்கு நோக்கி ஒன்றிரண்டு மைல் நடக்க வேண்டும், அங்குதான் பிர்மா, வாமனர், ஜாபேரி என்ற மூன்று கோயில்களையும் இன்னும் கண்டை, ஆதிநாதர், பார்ஸவ நாதர் என்னும் மூன்று பெரிய சமணக் கோயில்களையும் பார்க்கலாம். போகிற வழியில் ஒரு பெரிய அனுமானையும் காணலாம். இங்குள்ள கோயில்களில் சிறப்பானது பார்ஸவ நாதர் கோயில்தான். இக்கோயிலின் சுவரில்தான் காதல் கடிதம் எழுதும் கன்னி, காலில் தைத்த முள்ளை எடுக்கும் பாவனையில் மோகினி, குழந்தையைக் கொஞ்சும் கோகிலம், தலைவாரிப் பொட்டிட்டுக் கொள்ள முனையும் நங்கை முதலிய பெண்ணரசிகளை எல்லாம் காணலாம். ஒவ்வொருவரும் ஒரு அழகுப் பெட்டகம் என்பதைத் தவிர வேறு என்ன சொல்ல?

நேரம் ஆகிறதே! இன்னும் நாம் புவனேஸ்வரம் செல்ல வேண்டியவர்களாக இருக்கிறோமே. ஆதலால், மனோவேகம், வாயு வேகமாய் புவனேஸ்வரத்திற்கே செல்வோம். பழைய கலிங்கமே, இன்றைய ஒரிஸ்ஸா ராஜ்ஜியமாக இருக்கிறது. புவனேஸ்வரத்துக்கு ரயிலில் செல்வதுதான் வசதி. ரோட்டில் சென்றால், கட்டாக்கில் மகாநதியை எல்லாம் கடந்தாக வேண்டும், ரயிலில் சென்றால், ஜம்மென்று புவுனேஸ்வரம் ஸ்டேஷனிலே இறங்கலாம். ஒரிஸ்ஸா ராஜ்ஜியத்தில், கோனாரக் பூரியில் எல்லாம் கோயில்கள் இருந்தாலும் புவனேஸ்வரம் தான் கோயில்கள் நிறைந்த நகரம் என்று அழைக்கப்படுகிறது. இங்குள்ள கோயில்கள் எல்லாம், தமிழ்நாட்டுக் கோயில்களைப் போன்று பிரம்மாண்டமானவையே. இங்கு அன்று 7,000 கோயில்கள் இருந்தன. அவற்றில் இன்று இருப்பது 500 என்றெல்லாம் உபசாரமாகச் சொல்வார்கள். இங்குள்ள கோயில்கள் பல நல்ல சிற்பங்களோடு கூடிய கலைக் கோயில்களே. இங்குள்ள கோயில்களில் பிரதானமானது, பிரம்மாண்டமானது லிங்கராஜ் கோயில்தான், இக்கோயில் பிரகாரம் 520 அடி நீளமும், 465 அடி அகலமும் உள்ளது. ஆம் கிட்டதட்ட தஞ்சைப் பெரிய கோயில் அளவிற்கு, இருக்கிறதே என்று அதிசயிப்போம். இக்கோயில் பிரகாரத்திலேயே 65 சிறு சிறு கோயில்கள், இக்கோயில் விமானம் 127 அடி உயரம். உருண்டு திரண்டு நிற்கும் கோயில் விமானம், சிகரம் எல்லாம் அழகுக்கு அழகு செய்யும்.

மூன்றுலகத்திற்கும் சக்கவர்த்தியான திரிபுவனேஸ்வரருக்கு, எடுப்பித்த கோயில் அது. அத்திரிபுவனேஸ்வரரை லிங்க உருவில் அமைத்து அவரை லிங்கராஜ் என்றே அழைத்திருக்கின்றனர். இங்கும் கருவறையை முந்திக் கொண்டு நிருத்த மண்டபம், போக மண்டபம் எல்லாம் இருக்கின்றன. கோயில் உட்புறச் சுவர்களில் சிற்ப வடிவங்களே கிடையா. ஆனால், அதற்கு வட்டியும் வாசியுமாக, வெளிப்புறம் எல்லாம் எண்ணற்ற சிற்ப வடிவங்கள். லிங்கராஜ் கோயிலைச் சுற்றி பகவதி, பார்வதி, ஆனந்த வாசுதேவர், பிரம்மேஸ்வர், பாஸ்கரேஸ்வரர், கேதர்ரேஸ்வரர் கோயில்கள் இருக்கின்றன. இவைகளில் பரசுராமேஸ்வரர் கோயில்தான் காலத்தால் முந்தியது என்கின்றனர். இக்கோயிலில் பல சிற்ப வடிவங்கள் உள்ளன. அவைகளில் சிறப்பானது சிவபார்வதி திருமணக் கோலம்.

இங்குள்ள கோயில்களில் எல்லாம் அழகானது ராஜா ராணி கோயில்தான். லிங்கராஜ் கோயிலுக்கு கொஞ்சம் தூரத்திலேயே வயல்களுக்கு இடையே இருக்கிறது. இங்குதான் அற்புதம் அற்புதமான சல பாஞ்சிகை வடிவங்கள் இருக்கின்றன. கொடியடியில் நிற்கும் மடக் கொடியார் எல்லாம் அழகு வாய்ந்தவர்கள். அவர்களது எழிலும், அவர்களது நிறமும் ஒயிலும் நம் உள்ளத்தைக் கொள்ளை கொள்ளும். இப்புவனேஸ்வரத்தில் உள்ள கோயில்களைச் சுற்றிப் பார்க்க ஒன்றிரண்டு நாட்கள் காணாது. அத்தனையையும் பார்க்க அவகாசமில்லை என்றாலும், லிங்கராஜ் கோயிலுக்கு வடபுறம் உள்ள முக்தேஸ்வரர் கோயிலைப் பார்க்காமல் திரும்பவும் கூடாது. இது கி.பி.975 ஆம் வருஷம் கட்டப்பட்டது என்கின்றனர். கோயில் முகப்பில் கல்லிலே செதுக்கி நிறுத்தப்பட்டருக்கும் தோரணம் மிக மிக அழகு வாய்ந்தது. அது கல்லாகத் தோன்றவில்லை. ஏதோ பட்டுத் துணியிலே சரிகை வேலைப்பாடு செய்தது போல இருக்கும். அவ்வளவு நுணுக்கமான வேலைப்பாடு. இங்கும் மரத்திற்கு மரம் தாவி விளையாடும் மந்தியர் உருவாகி இருப்பதோடு, பெண் வடிவங்கள் பலவும் உருவாகி இருக்கும். இன்னும் அவகாசமும் வசதியும் இருந்தால், புவனேஸ்வரத்திலிருந்து பூரி சென்று ஜகந்நாதரைத் தரிசித்து வரலாம். பிரபலமான கோனாரக் சூரியனார் கோயிலையும் கண்டு வரலாம்.

இவ்வளவு சொன்னபின், “கஜுராஹோ புவனேஸ்வரத்தில், சிங்கார மிதுனச் சிற்பங்கள் நிறைய உண்டு என்பார்களே... அதைப்பற்றி ஏன் ஒன்றுமே சொல்லவில்லை” என்று கேட்பீர்கள். உண்மைதான், கஜுராஹோவில் வாத்சாயனரது காமநூலில் சொல்லப்பட்டுள்ள கலவிக் கரணங்களை எல்லாம் சிற்பமாக வடித்திருக்கின்றனர். புவனேஸ்வரத்திலும் இச்சிற்ப வடிவங்கள் உண்டு. இச்சிற்ப வடிவங்களைக் கோயிலில் செதுக்கி நிறுத்தலாமா என்று ஒரு பிரச்சினை. அதற்கும் எத்தனை எத்தனையோ சமாதானங்கள். கோயிலுக்கு வருபவர்களது உள்ள உறுதியைச் சோதிப்பதற்காகவே அவை இங்கு நிறுத்தப்பட்டிருக்கின்றன என்பாரும் உளர். எனக்கென்னமோ அதெல்லாம் சரி என்றுதான் தோன்றுகிறது. கணவன் மனைவி தாம்பத்ய உறவு இருவர் உள்ளத்தும் உருவாகும் அன்பை அடிப்படையாகக் கொண்டது. அந்த உறவை, சிற்பிகள் வடிக்கும்போது யாதொரு மனோ விகற்பமும் இல்லாமல்தான் வடித்திருக்க வேண்டும். அதை விகற்பமாக எண்ணுபவர்கள் உள்ளத்தில் தான் கோளாறே தவிர வடிவங்களில் கோளாறு என்று எண்ண இயலவில்லை. எல்லாவற்றையும் கலை அழகோடு காணும் கலை உள்ளம் படைத்தவர்களாக நாம் இருக்க வேண்டும். இருந்தால் அதுவே போதும்.

4. மைசூர் ஹொய்சலர் கோயில்கள்

‘கவிச் சக்கரவர்த்தி கம்பனது இராமாயணத்தைப் படிக்கும்போது, மாமல்லபுரத்துச் சிற்ப வடிவங்களைக் காணும்போது பெறுகின்ற அனுபவத்தை பெறுகிறேன்’ - என்று அமரர் உ. வே. சு. ஐயர் எழுதுகிறார். உண்மைதானே? மாமல்லபுரத்துக் குடைவரைகளையும், அங்கு உருவாக்கியுள்ள சிற்பச் செல்வங்களையும், மலைகளையே வெட்டிச் செதுக்கி அற்புதம் அற்புதமான கல்ரதங்களை உருவாக்கியிருப்பதையும் பார்க்கும் போதெல்லாம் தமிழ் நாட்டில் கலை வளர்த்த பல்லவ மன்னர்களின் இதயத்தில் பொங்கிப் பிரவகித்துக் கொண்டிருந்த கலை

ஆர்வம் எத்தகையது என்று அளவிட முடியும் தானே? இவ்வளவு தானா? இந்தக் கலை ஆர்வம் நாளும் வளர்ந்து பின்னர் சோழ மன்னர்களில் தலைசிறந்தவனான ராஜ ராஜன் காலத்து எய்திய மகோந்நதமான நிலையைக் காணும்போது நமது உள்ளம் விம்முகிறதே! அந்த ராஜராஜன் உருவாக்கிய தஞ்சைப் பெருவுடையார் கோயிலில் நுழைந்து, அங்கு கரு-வறை மேலே இரு நூற்றுப் பதினாறு (216) அடி உயரம் வளர்ந்திருக்கும் தக்ஷிண மேரு என்னும் விமானத்தைப் பார்க்கும் போது தமிழராகிய நாம் அன்றையத் தமிழன் உருவாக்கிய காம்பீர்யத்தையே உணர்கிறோமே. இந்தக் காம்பீர்யம் அமானுஷ்ய சக்தியினால்தான் உரு-வாகி இருக்க வேண்டும் என்றும் எண்ணத் தோன்றுகிறதே! இதே அனுபவம்தானே கம்பனது காவியத்தில் காணுகின்ற காம்பீர்யத்தை அனுபவிக்கும் போது நமக்கும் ஏற்படுகிறது!

ஆனால் ஒன்று. கம்பனது காவியம் காம்பீர்யம் உடையது என்று மட்டுந்தானா கூறலாம். இல்லையே! பிரதான சம்பவங்களையும், பாத்திரங்களையும் உருவாக்குவதில் எத்தனை திற-மையைக் காட்டினானோ அத்தனை திறமையை அல்லவா சிறு சிறு சம்பவங்களை உரு-வாக்குவதிலும், சிறு சிறு பாத்திர சிருஷ்டியிலும் காட்டியிருக்கிறான். எப்படி பெரியதொரு கோயிலைக் கட்டுகின்ற கலைஞன், தன் சிற்றுளி வேலையின் நயத்தையெல்லாம் அங்கு வடிக்கும் சிற்ப வடிவங்கள் மூலம் காட்டுகிறானோ, அப்படியல்லவா சிறு சிறு பாத்திர சிருஷ்டியிலும் கதையின் கட்டுக் கோப்பிலும் காட்டுகிறான் கம்பன், ஆம். காவியத்தை உருவாக்கும் போது he has carved like a titan and finished like a jeweller - என்று விமரிசனம் செய்வது பொருத்தமானதுதானே? இதே எண்ணம்தான் மைசூர் ராஜ்யத்-திலுள்ள ஹொய்சலர் கோயில்களைப் பார்க்கும்போதும் எனக்கு ஏற்பட்டது. விஸ்தாரமான பிரகாரங்களோடு கோயில்களைக் கட்டுவதுடன் கோயில் சுவர், தூண்கள், வாயில், விதா-னம் எல்லா இடத்தும் சிறிதும் பெரிதுமான சிற்ப வடிவங் களைச் செதுக்கிக் கோயில்களை உருவாக்கியிருக்கிற திறனைக் கண்டு வியக்காமல் இருக்க முடியாது. நான் இமயத்தின் சிக-ரத்திலுள்ள சிம்லா சென்றிருந்த போது, அங்குள்ள தையல்காரர்கள் சிலர், துணிகளிலே நுண்ணிதமான சித்திரத் தையல் வேலை செய்வதைக் கண்டு மகிழ்ந்திருக்கிறேன். ஒரிசா ராஜ்யத்தில் கட்டாக் நகர் சென்றிருந்தபோது, அங்கு வெள்ளியில் குங்குமச் சிமிழ், ஜிமிக்கி, கைப்பைகள் எல்லாம் செய்யும் 'பிலிகிரி' வேலையின் நுணுக்கத்தைக் கண்டு அதிசயித்தி-ருக்கிறேன். ஆனால், இந்த அதிசயத்தை எல்லாம் தூக்கி அடிக்கும் வகையில், கல்லிலே கலை வண்ணம், அதுவும் மிக மிக நுண்ணிய முறையில் ஹொய்சலச் சிற்பிகள் காட்டு-வதைப் பார்த்து மூர்ச்சித்தே விழுந்திருக்கிறேன். இந்த ஹொய்சலர் கோயில்கள் எல்லாம் அற்புதம் அற்புதமான கலைக் கோயில்கள். அவர்கள் கட்டிய கோயில்கள் பல இருந்தாலும், மூன்றே கோயில்களுக்கு மட்டும் உங்களை அழைத்துச் சென்று அங்குள்ள கலை அழகைக் காட்ட முனைகிறேன் இன்று.

தமிழ்நாட்டில் ராஜராஜன் முதலிய சோழ மன்னர்கள் அகண்ட ராஜ்யம் ஒன்றை நிறுவி ஆட்சி செய்து வந்தபோது கிருஷ்ணா நதிக்குத் தென்புறம் உள்ள மைசூர் பிரதேசத்தை ஹொய்சலர் மன்னர்கள் ஆண்டிருக்கிறார்கள். கி.பி. பதினொன்றாம் நூற்றாண்டிலிருந்து பதி-னான்காம் நூற்றாண்டு வரை இவர்கள் ஆட்சி புரிந்திருக்கிறார்கள், அவர்களது தலைந-கரம் துவார சமுத்திரம் என்ற இடத்தில் இருந்திருக்கிறது. அந்தத் துவாரசமுத்திரம் தான் ஹலபேடு என்று இன்று அழைக்கப்படுகிறது.

முதலில் ஹொய்சலர்கள் என்பவர்கள் யார் என்று தெரிய வேண்டாமா? ஆதியில் கிருஷ்ணன் அரசாண்ட துவாரகையில் இருந்தவர்கள் யாதவர்கள் என்று நமக்குத் தெரியும். துவாரகையிலிருந்த இவர்கள், பின்னர் மேற்குத் தொடர்ச்சி மலைப் பக்கமுள்ள சொசாவூர் என்னுமிடத்தில் வந்து குடியேறியிருக்கின்றனர். அப்போது இவர்கள் எல்லோருமே சமண சமயத்தை சார்ந்தவர்களாக இருந்திருக்கின்றனர். இவர்களது தலைவன்தான் சாலா என்பவன். ஒரு நாள் அவன் காட்டிற்குச் சென்றிருக்கிறான். அங்கு ஒரு முனிவரைக் கண்டு வணங்கியிருக்கிறான். அப்போது அந்த இடத்திற்கு ஒரு புலி வருகிறது. புலியைக் கண்ட முனிவர் தன் பக்கத்தில் கிடந்த ஒரு கழியை எடுத்து சாலாவின் கையில் கொடுத்து 'போய் சாலா' என்கின்றார். அவரது பாஷையில் 'சாலா என்பவனே இந்தப் புலியைச் சாடு' என்று அர்த்தமாம். முனிவர் கட்டளையிட்டபடியே சாலாவும் புலியைச் சாடியிருக்கிறான். புலியைக் கொன்று தீர்க்க கழி மட்டும் காணாது என்று தெரிந்த சாலா தன் உடைவாளை உருவி புலியைக் கொன்று தீர்க்கிறான். அன்று முதல் யாதவர்கள் முனிவர் வாக்கையே தேவவாக்காக 'போய் சாலா' என்றே தங்களை அழைத்திருக்கின்றனர். இந்தப் போய் சாலாதான் நாளடைவில் ஹோய்சலர் என்று மாறி அவர்களது குலப் பெயராக வழங்கியிருக்கிறது. இப்படி ஒரு கதை ஹொய்சலர் குலப்பெயர் பற்றி. இது எவ்வளவு தூரம் உண்மையோ அறியேன். கற்பனைக் கதையாக இருந்தால், எனக்கென்னவோ இதைவிட அழகாகவே கற்பனை செய்திருக்கலாமே என்று தோன்றுகிறது. பொய் சொல்லா அரிச்சந்திரன் பரம்பரையில் வந்தவர்கள் அவர்கள் என்று அப்படிப் 'பொய் சொல்லார்' என்ற பட்டமே நாளடைவில் ஹொய்சலர் என்று மாறிற்று என்று சொல்லியிருந்தால் சிறப்பாக இருக்கும் என்று கருதுகிறேன். சரி. இந்தப் பெயர் ஆராய்ச்சி இத்துடன் இருக்கட்டும். இனி நாம் அவர்கள் கட்டிய கலைக் கோயில்களைச் சுற்றிப் பார்க்க விரைவோம்.

ஹலபேடில் உள்ள ஹொய்சலேஸ்வரர் கோயில். பேலூரில் உள்ள சென்னகேசவர் கோயில், சோமநாதபுரத்துக் கேசவர் கோயில் மூன்றும், ஹொய்சலர் கோயில் கட்டிடக் கலைக்கும், சிற்பச் செல்வத்துக்கும் எடுத்துக்காட்டாக அமைபவை. இக்கோயில்களைக் கட்ட உதவியிருக்கும் கற்கள், நமது தமிழகத்துக் கருங்கல்லைப் போல கடினமானவை அல்ல, ஆனால், மாக்கல்லைப் போலப் பொடிந்து போகக் கூடியதும் அன்று. அக்கற்களை வெட்டி எடுக்கும் போது மெதுவாக இருந்திருக்கும். பின்னால் காற்றிலும் மழையிலும் அடிபட அடிபட இறுகி உறைந்து கடினமாகவும் ஆகியிருக்கிறது.

இம்மூன்று கோயில்களிலும் காலத்தால் முந்தியது ஹலபேடு ஹொய்சலேஸ்வரர் கோயிலே. ஹலபேடு தானே ஹொய்சல மன்னர்களின் தலைகரம்! அங்குதான் அம்மன்னர்கள் சமணர்களாக இருந்த காலத்தில் கட்டிய சமணக் கோயில்கள் பல இருக்கின்றன. என்றாலும் ஹொய்சலேஸ்வரர் கோயில் சிவபெருமானுக்கு என்று எடுப்பிக்கப்பட்ட கோயில். ஹலபேடு மைசூருக்கு வட மேற்கே 87 மைல் தூரத்தில் இருக்கிறது. கோயிலின் அமைப்பு நட்சத்திர வடிவில் இருக்கிறது. காத்திரத்திலும் அழகிலும் சிறந்த கோயிலாக அந்த வட்டாரத்திலே தலைதூக்கி நிற்கிறது. இக்கோயிலின் வெளிச் சுவரில் இடைவெளி இல்லாதபடி சிற்ப வடிவங்களை அடுக்கடுக்காய் அமைத்தி ருக்கின்றனர். பட்டை பட்டையாகக் கிட்டத்தட்ட பன்னிரெண்டு பட்டைகள் அக்கோயிலின் வெளிச்சுவரை அழகு செய்கின்றன. அடித்தளத்தில் யானைகள் ஒன்றையொன்று துரத்திக் கொண்டு ஓடுவது போலவும், அதற்கு

மேலே குதிரைகள், யாளிகள், எருதுகள், அன்னங்கள் என்றெல்லாம் பட்டைகள் அமைந்திருக்கும். இவைகளுக்கு இடையே. ஒரு அகன்ற பட்டையில் ராமாயணம், மகாபாரதம் என்னும் இதிகாசக் காட்சிகள் பலவும் செதுக்கப்பட்டிருக்கும். மேல் தளத்திலே கல்லிலே துளை போட்டு அமைந்திருக்கும் ஜன்னல்கள் இருக்கின்றன. அதற்குக் கீழே மூன்றடி அகலம் உள்ள இடத்தில்தான் தெய்வத் திருவுருவங்கள் பலவும் செதுக்கப்பட்டிருக்கின்றன. இந்திய சிற்பங்கள் நிறைந்த ஒரு கலைக் கூடமாக இக்கோயில்கள் விளங்குகின்றன. அதனால்தான் சிறந்த கலா ரஸிகரான . பெர்கூஸான் என்பவர் மத்திய கால மேலைநாட்டுக் கலைஞர்களால் ஆரம்பிக்கப்பட்டு நிறைவு பெறாத கட்டிடக் கலை, இங்கே ஹலபேடு கோயிலிலே தான் பூரணத்வம் பெற்றிருக்கிறது என்று வாயாரப் புகழ்கிறார். The artistic combination ce horizontal and vertical lines and the play of outlint light and shade far surpass anything in Goethic Art. The effects are just what the medical artitechts were aiming at, but which they never attained so perfectly as was done in Haiebid என்பது அவரது விமரிசனம். கோயில் வாயிலில் உள்ள நந்தி மண்டபமும், அங்கே சந்நிதியை நோக்கிப் படுத்திருக்கும் நந்தியும் அழகானவை. இக்கோயில் வாயில் 'கவுதத்தில்' எல்லாம் நல்ல சிற்ப வடிவங்கள். இவைகளில் மன்னன் வரும் தெற்கு வாசலையே மிக்க அழகோடு அமைத்திருக்கின்றனர். அந்த வாயிலுக்கு மேலே முகப்பிலே தான் ஆடும் பெருமான் உருவாகி இருக்கிறார்: இரண்டு பக்கங்களிலும் மகர வளைவுகள் இருக்கின்றன. ஹொய்சல மன்னர்களின் முத்திரைச் சின்னமான காலா புலியைக் கொல்லும் காட்சியைக் கல்லில் வடித்து, ஒவ்வொரு வாயிலின் இருபுறத்தும் அமைத்திருக்கிறார்கள். நர்த்தன விநாயகர், நர்த்தன சரஸ்வதி, நரசிம்மன், கோவர்த்தன வடிவங்கள் எல்லாம் சுவர்களிலும் தூண்களிலும் உருவாகி இருக்கின்றன. இத்தனை வடிவங்களுக்கும் இடையில்தான் கருவறையில் அருவமான லிங்க வடிவில் ஹொய்சலேஸ்வரர் எழுந்தருளியிருக்கிறார். இந்த ஹலபேடிலேயே, கேதாரேஸ்வரருக்கும் ஒரு கோயில், அதுவும் ஹொய்சலேஸ்வரர் கோயிலைப் போலவே அமைப்பும் சிற்ப வடிவங்களும் நிறைந்தது. ஹொய்சலேஸ்வரர் கோயிலைக் கட்டியவன் வீர நரசிம்மன் என்று சரித்திர ஏடுகள் பேசுகின்றன.

ஹலபேடிலிருந்து தெற்கு நோக்கிப் பத்து மைல் வந்தால் பேலூர் சென்னக்கேசவர். கோயிலையும் பார்க்கலாம். இந்தச் சென்னக்கேசவர் கோயில் ஹலபேடு ஹொய்சலேஸ்வரர் கோயிலைவிட அளவில் சிறியதுதான் என்றாலும், இங்குள்ள கட்டிடக் கலையும் சிற்ப வடிவங்களும் ஹலபேடு கோயிலைவிட உயர்ந்தவை. ஹலபேடைப் போலவே இந்தக் கோயில் வெளிச் சுவரில் வரிசை வரிசையாய், பட்டை பட்டையாய் சிற்ப வடிவங்கள் பல செதுக்கப்பட்டிருக்கின்றன. இந்த வடிவங்களில் சிறப்பானவை மேல் வரிசையில் உள்ள 'மதனிகை' வடிவங்களே. கிட்டத்தட்ட நாற்பது பெண்கள் அங்கே உருவாகியிருக்கின்றனர். இவர்களில் ஒரு சிலரே தெய்வ மகளிர், மற்றவர்கள் எல்லாம் சாதாரணப் பெண்களே. எல்லோருமே நல்ல அழகிகள். எல்லோருமே ஏதோ. நடனம் ஆடப் புறப்பட்டவர்கள் போலவே பல 'போஸ்'களில் - நிற்கிறார்கள். பொட்டிடும் நங்கை, கிளியேந்திய பெண், கொடியடியில் நுடங்கும் மடக்கொடி, காதலன் வரவை எதிர்நோக்கி நிற்கும் காரிகை, ஆடையில் தேள் ஒன்றிருக்கிறது என்று அறிந்து அந்த ஆடையை உதறிவிட்டு நிற்கும் மங்கை - இப்படி

எண்ணற்ற பெண்கள் உயிரோவியங்களாக அங்கே நிற்கின்றனர். எல்லா வடிவங்களிலுமே சிற்றுளியின் நயம் தெரியும். நுணுக்க வேலைப் பாடுகளோடு கூடிய வடிவங்களாக அவை அமைந்துள்ளன. ஆதலால் இந்த மதனிகைகள் பேரில் வைத்த கண்களை எடுத்து விட்டு மேலும் நடப்பது என்பது ரசிகர்களால் முடியாத காரியம். ஆனால் ஒன்று, இந்த அழகி-களையும் வெல்லும் அழகிகள் அல்லவா கோயிலுள் நிற்கிறார்கள் என்ற எண்ணமே, நம்-மைக் கோயிலுள் இழுத்துச் செல்லும். கோயிலுள் இருக்கும் நவரங்க மண்டபம், கட்டிடக் கலையில் ஒரு அற்புத சாதனை, இம்மண்டபத்தின் விதானத்திலே ஒரு விரிந்த தாமரை மலர் தொங்குகிறது. ஆம். குளத்தில் மலர்ந்த தாமரை அல்ல. கல்லிலே மலர்ந்த தாம-ரைதான். இங்குள்ள ஒரு தூணில் நரசிம்மரும், மற்றொரு தூணில் நாட்டிய சரஸ்வதியும் பெரிய அளவில் உருவாகியிருக்கின்றனர். இக்கோயிலைக் கட்டிய சிற்பி ஜக்கண்ணா ஆச்-சாரி என்று! தெரிகிறது. அவன் தன் திறமையில் அசாத்திய நம்பிக்கை உடையவனாக இருந்திருக்கிறான், அவன் அங்குள்ள தூண்களில் ஒன்றில் மட்டும் ஒரு இடத்தைக் காலி-யாக வைத்துவிட்டு, மற்ற எல்லா இடங்களையும் அலங்காரங்களாலும் சிற்ப வடிவங்களாலும் நிறைத்திருக்கிறான். தன்னை விட அழகாகவும், அற்புதமாகவும் வேறு யாரும் செய்ய முடி-யாது. முடியுமானால் செய்து பார்க்கட்டும் என்றுதான் இந்த இடத்தை ஒதுக்கி ஒரு சவால் விட்டிருக்கிறான் என்று தெரிகிறது. இங்குள்ள மூல மூர்த்தி சென்ன கேசவர். இவரையே விஜய நாராயணன் என்றும் அழைக்கின்றனர். ஆறடி உயரத்தில் கம்பீரத்தோடு நிற்கிறார். இந்தக் கம்பீர வடிவினைச் சுற்றி அமைத்திருக்கும் பிரபா வழியிலே தசாவதார வடிவங்-களையும் சிறிய சிறிய வடிவில் அமைத்திருக்கிறான் சிற்பி. இந்தக் கேசவன் இருக்கும் கருவறை வாயிலிலே இரண்டு துவாரபாலகர்கள், இருவரும் நல்ல கம்பீரமான வடிவினர். இக்கோயிலின் வெளிப் பிரகாரத்திலே, சென்னக்கேசவர் கோயில். அங்கும் வேணுகோபாலன் லட்சுமி நாராயணன், சரஸ்வதி, விநாயகர், மகிஷ மர்த்தனி எல்லாம் உருவாகி இருக்கின்-றனர். இக்கோயிலைக் கட்டியவன் விஷ்ணு வர்த்தனன். கட்டப் பட்ட வருஷம் 1117. அவன் ஆதியில் சமணனாக இருந்து பின்னர் தமிழ்நாட்டிலிருந்து சென்ற ராமானுஜரால் வைஷ்-ணவனாக்கப்பட்டவன். இருவரும் சேர்ந்து உருவாக்கிய கோயில் இது. இதனால்தான் கலை அழகு நிரம்பியதாய் இக்கோயில் அமைந்து இருக்கிறது.

இந்தச் சென்னக்கேசவர் கோயில் கட்டி சுமார் நூற்று ஐம்பது வருஷங்களுக்குப் பின்னர் அதாவது 1268-இல் மைசூருக்குக் கிழக்கே 20 மைல் தூரத்தில் சோமநாதபுரத்தில் ஒரு கோயில் எழுப்பப்பட்டிருக்கிறது. மூன்றாம் நரசிம்மவர்மன் காலத்தில் மன்னனின் உறவினனும் மந்திரி பிரதானிகளில் ஒருவனாகவும் இருந்த சோமநாதனே இங்கு ஒரு நகரையும் நிர்மா-ணித்து இந்தக் கோயிலையும் கட்டியிருக்கிறான். அதனால்தான் ஊரும் கோயிலும் சோம-நாதன் பெயராலேயே வழங்குகிறது. பேலூரிலும் ஹலபேடிலும் காணாத விமானங்கள் இக்-கோயிலில் உருவாகி இருக்கின்றன. கோயில் பேலூர் கோயிலைவிடச் சிறிதுதான் என்றாலும் கோயிலைச் சுற்றி மண்டபத்துடன் கூடிய பிரகாரம் ஒன்றும் அமைந்திருக்கிறது. அந்த மண்-டபத்தில் சிற்ப வேலைப்பாடுகளுடன் கூடிய தூண்கள் பல இருக்கின்றன. மண்டபத்தையும் கடந்து வெளிப்பிரகாரத்தில் இறங்கித்தான் கோயிலை வலம் வரவேண்டும். கோயில் சுவர்-களில் மற்ற இரண்டு கோயில்களிலும் பார்த்தது போலவே ஓடும் யானைகள், குதிரைகள், யாளிகள் எல்லாம் வரிசை வரிசையாக இருக்கும். வடபக்கத்துச் சுவரில் ராமாயணக் காட்-

சிகளும், தென்பக்கத்துச் சுவரில் மகாபாரதக் காட்சிகளும் நிறைந்திருக்கும். இன்னும் எண்ணற்ற தெய்வ வடிவங்களும் அச்சுவர்களில் உப்புச உருவில் உருவாக்கி நிற்கும் கோயிலுள் நுழைந்தால், அங்குள்ள தூண்களும் விதானமும் பலபல விசித்திர வேலைகள் நிரம்பியதாய் இருக்கும். இக் கோயிலுள் மூன்று சந்நிதிகள். பிரதானமாக நிற்பவன் கேசவன். வட பக்கத்தில் தெற்கே பார்க்க நிற்பவன் ஜனார்த்தனன். தென் புறத்தில் வடக்கே பார்க்க நிற்பவன் கோபாலன். இங்குள்ள ஜனார்த்தனனும், கோபாலனும் மிக அழகு வாய்ந்தவர்கள், அத்தனை அழகை கேசவன் பெற்றிருக்கவில்லை. காரணம் ஆதியில் செய்யப்பட்ட கேசவன் இன்று அங்கு இல்லை. அவன் மிக்க அழகுள்ளவனாகவும், கோயில் பூரணப் பொலிவுடையதாகவும் அமைந்து விட்ட காரணத்தால், வானுலகிலுள்ள தேவர்கள் இக்கோயிலைத் தாங்கள் இருக்கும் இடத்திற்கு எடுத்துச் செல்ல விரைந்திருக்கின்றனர். கோயிலுக்கு இறக்கைகள் முளைத்து வான் வீதியில் கிளம்பியிருக்கிறது. இதை அறிந்த சிற்பி, கேசவன் வடிவிலே ஒரு ஊனத்தை ஏற்படுத்தி, அதன் பூரணத்துவத்தைக் குலைத்திருக்கிறான். அது காரணமாக வான வீதியில் எழுந்த கோயில் திரும்பவும் பூமியில் இறங்கியிருக்கிறது. இறங்கும் போது கொஞ்சம் விலகி இறங்கிவிட்டதினாலேதான் கோயில் வாயிலில் இருக்க வேண்டிய கருட கம்பம், வாயிலை விட்டு விலகியிருக்கிறது. இப்படி ஒரு கற்பனைக் கதை. கோயிலையும் அங்குள்ள சிற்ப வடிவங்களையும் கண்டால் இந்தக் கதை கூட உண்மையாகவே இருக்குமோ என்றுதான் தோன்றும். இக்கோயில்தான் ஹொய்சலரது கோயில் கட்டிடக் கலையில் சிகரம் என்கின்றனர், கலா ரசிகர்கள்.

சரி, இந்த ஹொய்சலர் கோயில்களைப் பார்க்கும் போதெல்லாம் தஞ்சையில் ராஜராஜன் கட்டிய பெருவுடையார் கோயில் விமானத்திலுள்ள காம்பீர்யமும் அங்கு பின்னர் நாயக்க மன்னர்களால் கட்டப்பட்ட அறுமாமுகவன் கோயில் சுவர்களில் உள்ள நுணுக்கமும் ஒன்றாகச் சேர்ந்து உருவானதாகவே தோன்றும்.

இந்தியாவிலே உள்ள கலைக் கோயில்கள் பலவற்றிலும் நுணுக்க வேலைப்பாடு சிறந்திருப்பது இந்த ஹொய்சலர் கோயில்களே, இருநூறு வருஷ கால எல்லைக்குள்ளே அதி அற்புதமான கோயில்களைக் கட்டி அழியாப் புகழ் தேடிக் கொண்டவர்கள் ஹொய்சல மன்னர்கள்தான். அவர்கள் நமது அண்மையில் உள்ள நாட்டையும் அரச பரம்பரையையும் சேர்ந்தவர்கள் என்கிறபோது நமக்கும் அது பெருமை தருவதுதானே.

5. தமிழர் சிற்பக் கலை

"சுவாமி எனக்கு சிற்பக் கலையை சொல்லித் தருகிறீர்களா?"

"ஓ, பேஷாய் சொல்லித் தருகிறேன். ஆனால், சிற்பக் கலையை கற்றுக் கொள்வதற்கு முன்னால் சித்திரக் கலையைக் கற்றுக் கொள்ள வேண்டுமே."

"அப்படியானால் சரி. சித்திரக் கலையையே கற்றுக் கொடுத்து விடுங்கள்."

"அதுவும் சரிதான். ஆனால், சித்திரக் கலையைக் கற்றுக் கொள்வதற்கு நடனக்கலை தெரிந்திருக்க வேண்டுமே."

"சரி சுவாமி! நடனக் கலையையே கற்றுக் கொடுங்களேன்."

"நடனக் கலையையா? நடனக் கலை கைவர வேண்டுமானால் முதலில் ஸங்கீதமல்லவா கற்றுக் கொள்ள வேண்டும்?"

"என்ன ஸ்வாமி ஸங்கீதத்தையே கற்றுக் கொள்கிறேன். அதன் பின் நடனம், சித்திரம், சிற்பம் எல்லாவற்றையும் கற்றுக் கொள்கிறேன். எப்படியும் சிற்பக் கலை கற்றுக் கொள்ளத்தான் வேண்டும்."

"எல்லாம் சரிதான். ஸங்கீதம் கற்றுக் கொள்ளுமுன் கவிபாட கற்றுக் கொள்வது அதி முக்கியமாயிற்றே! சாஹித்யமில்லாமல் உருவாகும் ஸங்கீதம் உயர்ந்ததாகாதே."

"சரி சுவாமி.... கவி பாடவே கற்றுக் கொடுத்துவி டுங்களேன்."

"அதில் தான்ப்பா சங்கடம் இருக்கிறது. கவி பாடும் கலை ஒருவரால் கற்பிக்கப்படுவது அல்லவே. கவிதையை இன்னார் இப்படித்தான் பாட வேண்டும் என்றெல்லாம் நியதி கிடையாதே. கருவிலே அமைந்த திருவாக அல்லவாக இருக்க வேண்டும். இறையருளினால்தானே ஒருவருக்கு அக்கலை சித்தியாக வேண்டும். 'Poetry is not born of rules. Rules are deducable from Poetry. Poetry is the gift of the Gods' என்று மேல் நாட்டு மேதை அரிஸ்டாட்டில் கூட முடிவு கட்டி விட்டானே."

இப்படி ஒரு பேச்சு சிற்பக் கலை கற்க வந்த ஒரு அரசகுமாரனுக்கும், சிறந்த கலா வல்லுநரான ஒரு முனிவருக்கும். இது என் சொந்தக் கற்பனை அல்ல. சில்ப ரத்தினத்தில் உள்ள ஒரு கதைதான். இதிலிருந்து நமக்குத் தெரிகிறது சிற்பம் என்றால் எவ்வளவு அருமையானது, எவ்வளவு சிரமமானது என்றெல்லாம். இப்படிப்பட்ட சிரம சாத்தியமான ஒரு கலையைத்தான், ஒரு செல்வத்தைத் தான் நமது தமிழ் மக்கள் எத்தனையோ ஆண்டுகளுக்கு முன்னாலே தேடி வைத்திருக்கிறார்கள் இந்தச் செல்வம் எவ்வளவு பெருமை உடையது, எவ்வளவு அருமையானது என்பதைத்தான் இன்றும் நம்மிடையே நின்று நிலவும் கோயில்களும் அங்குள்ள அதி அற்புதமான உருவங்களும் பறை சாற்றிக் கொண்டிருக்கின்றன.

விண் மறைக்கும் கோபுரங்கள்
வினை மறைக்கும் கோயில்கள்
வேறு எந்த நாட்டில் உண்டு
வேலையின் விசித்திரம்?

என்றெல்லாம் பிறரைப் பார்த்து நாம் கேட்க முடிகிறது. கேள்விக்கு பதில் சொல்லும் பெருமை மற்றவர்க்கு இல்லாத காரணத்தினால் நாம் தலை நிமிர்ந்து நடக்கவும் முடிகிறது.

தமிழ்நாட்டுச் சிற்பக் கலை வளர்ச்சியைத் தெரிந்து கொள்ள வேண்டுமானால் நாம் நமது புராதனக் கோயில்களுக்குத்தான் போக வேண்டும்.

சித்திரத்தில் மிக உயர்ந்தசிற்ப நூலின் அற்புதம்சின்னச் சின்ன ஊரில் கூடஇன்றும் எங்கும் காணலாம் அல்லவா?

தமிழ்நாட்டுக் கலைகள் எல்லாமே சமயச் சார்புடையவை. 'போரென்று வீங்கும் பொறுப்பென்ன பொலன் கொள் திண்டோள்' படைத்திருந்த பண்டைய அரசர் பெருமக்கள் பகையரசர்களுடன் போர் புரியாத காலத்தில் எல்லாம் இக்கலையை வளர்த்திருக்கிறார்கள். பல்லவ

மகேந்திரவர்மனும் அவன் மகன் மகாமல்லனும் நமக்கு நன்றாக அறிமுகமானவர்கள் தானே. தந்தை பெரிய பெரிய மலைகளைக் குடைந்து குகைக் கோயில்களை வெட்டிக் கொண்டிருந்தான் என்றால், மகனோ மலைகளையே செதுக்கி, வெட்டிக் குடைந்து அதி அற்புதமான ரதக் கோயில்களையெல்லாம் உருவாக்கிக் கொண்டிருந்திருக்கிறான். அப்படி வெட்டிச் செதுக்கிய கோயில்களின் சுவர்களில் - நல்ல கற்பாறைகளில்தான் - பகீரதன் தவத்தையும், கோவர்த்தன தாரியையும் அனந்த சயனனையும், மகிஷமர்த்தினியையும் உயிர் பெறச் செய்திருக்கிறான். கோயில் நிர்மாணத்தையே அடிப்படைத் திட்டமாக வைத்துக் கொண்டு அற்புத உருவங்களை அமைத்துக் கொடுத்தவர்கள் பல்லவ அரசர்கள். அவர்கள் புகழ் என்றும் நிலைத்து நிற்கும், அவர்கள் அமைத்த கற்கோயில்களைப் போலவே.

இவர்களுக்குப் பின் வந்த சோழ மன்னர்களும் இந்தச் சிற்பக் கலையை வளர்ப்பதில் கொஞ்சமும் சளைத்தவர்களாக இருக்கவில்லை. மலையைக் குடையவோ, பாறைகளை வெட்டிச் செதுக்கவோ முனையாவிட்டாலும், உபானம் முதல் ஸ்தூபி வரையிலும் கல்லாலேயே கோயில் கட்டிய பெருமை இவர்களைத்தான் சாரும். 'எண்தோள் ஈசற்கு எழில் மாடம் எழுபது செய்து உலகம் ஆண்ட கோச்செங்கணான்' பரம்பரையில் வந்த , சோழர்கள் அமைத்த கற்றளிகள் சோழ வளநாடு முழுவதும் இன்றும் நிறைந்திருப்பதைப் பார்க்கிறோம். சோழ மன்னர்கள் காலத்தில் அவர்களது சாம்ராஜ்யம் எவ்வளவு உன்னத நிலையில் இருந்தது என்பதை அவர்கள் கட்டிய கோயில்களின் மூலமும், அக்கோயில்களின் கர்ப்பக் கிருஹங்களின் பேரில் கம்பீரமாக வானளாவ வளர்ந்து நிற்கும் விமானங்களின் மூலமுமே தெரிந்து கொள்ளலாம். ராஜராஜன் கட்டிய தஞ்சைப் பெருவுடையார் கோவில், அவன் மகன் ராஜேந்திரன் கட்டிய கங்கை கொண்ட சோழீச்சரம், இவர்கள் கால்வழி வந்த இரண்டாம் ராஜராஜன் கட்டிய தாராசுரம் ஐராவதேச்வரர் கோவில் எல்லாம் சிறந்த சிற்ப வேலைப்பாடுகள் உடையவை என்பது மட்டுமல்ல; ஒவ்வொன்றும் சிறந்த சிலை உருவங்களைத் தாங்கிய கோயில்களாகவே விளங்குகின்றன. இங்கெல்லாம் விநாயகரும், ஆறுமுகப் பெருமானும், பிக்ஷாடனரும், தக்ஷிணாமூர்த்தியும், நடராசரும், சண்டிச்வரரும், மார்க்கண்டேயரும், அற்புதம் அற்புதமாக உருவாகியிருக்கிறார்கள், இந்தச் சிலை உருவங்களில் காணுகின்ற கம்பீரம் வேறெந்த நாட்டிலும், வேறெந்த சிலை உருவத்திலும் காண இயலவில்லை. இதை நான் சொல்லவில்லை . Fergusson, Percy Brown முதலிய மேல் நாட்டு அறிஞர்களே சொல்லி மகிழ்கிறார்கள்.

பல்லவர், சோழர் இவர்களைப் பின்பற்றி பாண்டியர்கள், நாயக்க மன்னர்கள் கட்டிய கோயில்கள், நிர்மாணித்த சிலை உருவங்கள் எல்லாம் சிறப்புடையனவே, பாண்டியர்கள் கோயில்கள் சில கட்டினார்கள் என்றாலும் சிற்பக்கலை வளர்ச்சியில் சிரத்தை அதிகம் காட்டவில்லைதான். ஆனால், நாயக்க மன்னர்கள் அமைத்த கோயில்கள் சிற்பங்கள் எல்லாம் சோழ மன்னரது. கோயில்கள், சிற்பங்களோடு போட்டி போடுவது போலவே அமைந்துள்ளன. சோழர் சிலைகளில் உள்ள கம்பீரம் இவைகளில் இல்லாவிட்டாலும் நுணுக்க வேலைப்பாடுகளும், உணர்ச்சியை வெளியிடும் முகபாவங்களும் இந்த நாயக்கர்கள் அமைத்த சிற்ப உருவங்களில் அதிகம் காண்கிறோம். மதுரை மீனாக்ஷி கோயிலில் உள்ள புது மண்டபம், கம்பத்தடி மண்டடம், ஆயிரங்கால் மண்டபம், , திருநெல்வேலி நெல்லையப்பர் கோவில். கிருஷ்ணாபுரம் திருவேங்கடநாதன் சந்நிதி, தென் காசி காசிவிஸ்வநாதர் கோயில் தூண்க-

ளில் எல்லாம் அமைந்திருக்கும் வீரபத்திரர், மன்மதன், ரதி, கர்ணன், அர்ச்சுனன் முதலிய சிலைகள் அதி அற்புதமான சிற்ப வேலைப்பாடுகள் அமைந்தவை. இவைகளைப் பார்ப்பதற்கென்றே ஒரு சுற்றுப் பிரயாணம் தொடங்கலாம். சுற்றுப் பிரயாணம் முடிந்து திரும்பி வரும்போது உள்ளத்தில் ஏற்படுகின்ற உவகையால் நாமும் ஒரு சுற்றுப் பெருத்து வந்தால் ஆச்சரியமும் இல்லை. அதிசயமும் இல்லை.

தமிழ்நாட்டுச் சிற்பச் செல்வங்கள் அவ்வளவு அருமையானவை, அற்புதமானவை. அத்தகைய செல்வத்தைப் பெற்ற தமிழர்கள் சிலர் இன்று கடல் கடந்து சென்று கலை வளர்க்கிறார்கள் என்று அறியும் போது எவ்வளவோ மகிழ்ச்சி. அதில் தமிழ்நாட்டிற்கும் மலேசியா முதலிய நாடுகளுக்கும் பூர்வத்திலிருந்தே இருக்கின்ற கலாச்சாரத் தொடர்பை எல்லாம் மீண்டும் மீண்டும் புதுப்பிக்க வேண்டியன எல்லாம் செய்கிறார்கள் என்றால் அந்த முயற்சி வரவேற்கத்தக் கதுதானே. அந்த முயற்சிக்கெல்லாம் என் ஆசி. அவர்கள். ஆர்வத்திற்கெல்லாம் என் வணக்கம்.

6. தமிழர் வளர்த்த நுண் கலைகள்: சிற்பமும் - ஓவியமும்

என்னுடைய நண்பர் ஒருவர் சிறந்த ரசிகர். அவருக்கேற்ற மனைவி. நல்ல அழகு வாய்ந்தவள். அத்துடன் நண்பரைவிடச் சிறந்த ரசிகை. இருவரும் இணைந்து வாழ்கிறார்கள். என்றாலும் ஒவ்வொரு நாளும் மாலைப் பொழுதில் இவர்களுக்குள் ஒரு பிணக்கு. ஆம். சிறு பிணக்குத்தான். காரணம், அன்பர் மாலை வேளைகளில் நடக்கும் இலக்கியக் கூட்டத்திற்கோ, இசைக் கச்சேரிக்கோ, நடன அரங்கிற்கோ, அல்லது நல்ல சினிமாப் படம் ஒன்று பார்ப்பதற்கோ புறப்படாமல் இரார். போகும் பொழுது மனைவியையும் உடன் கூட்டிச் செல்வார். மாலை ஆறு மணிக்கு நிகழ்ச்சி என்றால் நாலு மணிக்கே மனைவியைப் புறப்படத் தயாராகும்படி சொல்வார். அம்மையாரும் உடனேயே நல்ல உடை உடுத்தி, அணிமணி புனைவார். ஆனால், முகத்தைக் கழுவி பொட்டு இட்டுக் கொள்ள நிலைக் கண்ணாடி முன் சென்று நின்றுவிட்டால், அவ்வளவுதான். பொட்டிடுவது எளிதான காரியமாக அம்மையாருக்கு இருப்பதில்லை. நன்றாக நெற்றியைத் துடைத்து கேசத்தை எல்லாம் ஒதுக்கி பொட்டிடுவதற்கு ஆரம்பிப்பார். வலது கை நடு விரலில் நல்ல குங்குமத்தையோ சாந்தையோ எடுத்துக் கொள்வார். அப்படியே நெற்றியில் பொட்டிடுவார். பொட்டிட்ட பின் கையை எடுத்துப் பார்த்தால், பொட்டு சரியாய் இட்டிருப்பதாகத் தோன்றாது. ஒன்று நெற்றியின் நடுவில் இராது. அல்லது அளவோடிராது. அதனால் திருப்தியும் ஏற்படாது. ஆதலால் இட்ட பொட்டை அழித்து விட்டுத் திரும்பவும் இட்டுக் கொள்வார். அதிலும் திருப்தி ஏற்படாவிட்டால் இன்னொரு முறை... இப்படியே அழிப்பதும் இடுவதுமாக ஒரு மணி நேரம் கழியும். நண்பருக்கோ கோபம் கோபமாக வரும். காரில் ஏறி இருந்து கொண்டே கத்துவார். கடைசியாக அம்மையார் வருவார் வெளியே ஆறு மணிக்கு. காரில் ஏறி உட்காருவார். இருவரும் சென்று சேரும்போது ஒன்று இசை நிகழ்ச்சி ஆரம்பித்திருக்கும்; அல்லது படம் பாதி ஓடியிருக்கும். ஆனால், வீடு திரும்பும் போது இந்தப் பிணக்கு எல்லாம் தீர்ந்து இணைந்து விடுவார்கள் மறுபடியும். மறுபடியும் மறுநாள் மாலை பிணக்கு அதே காரணத்தால் வரும்.

இந்த நண்பர் வீட்டிற்கு ஒரு நாள் மாலை போயிருந்தேன். அன்பர் தலை வாயிலில் வெளியே புறப்படத் தயாராயிருந்தார். அம்மையார் வீட்டின் உள்ளே நிலைக் கண்ணாடி முன் நின்று கொண்டிருந்தார். நண்பர் முகத்திலோ எள்ளும், கொள்ளும் வெடித்துக் கொண்டிருந்தது. காரணம் வினவினேன். சொன்னார். 'இவளுக்கு பொட்டு இட்டுக் கொள்வதற்கு ஒரு மணி ஒன்றரை மணி ஆகிறது சார்' என்று அங்கலாய்த்தார். விஷயம் விளங்கிற்று எனக்கு. அம்மையார் வெளியே வந்தபின் அவரிடம் சொன்னேன். தாங்கள் பொட்டிடும்போது தங்கள் உள்ளங்கை, தங்கள் முகம் முழுவதையும் மறைத்துக் கொள்வதால் பொட்டிடும் போதே பொட்டின் அளவு, அது அமைய வேண்டிய இடம், அதனால் முகத்திற்கு ஏற்படும் பொலிவு எல்லாவற்றையும் ஒரே தடவையில் பார்க்க முடிவதில்லை. ஒரு தடவை பொட்டிட்டு அதன் பின் கையை எடுத்து எடுத்தே அதன் அழகைப் பார்த்துப் பார்த்து அதைத் திருத்த வேண்டியிருக்கிறது. பொட்டிட்டுக் கொள்வதற்கு நிலைக் கண்ணாடி முன்னால் சென்று நிற்கவே கூடாது. இடது கையில் ஒரு சிறு கண்ணாடியை எடுத்துக் கொள்ள வேண்டும். அதிலே தன் முகத்தைப் பார்த்துக் கொண்டு வலக்கை நடுவிரலில் குங்குமத்தை எடுத்து, அந்த வலக்கையை தலையைச் சுற்றி தலைக்குப் பின்புறமாகக் கொண்டுவர வேண்டும். அப்படிக் கொண்டு வந்து நெற்றியின் நடுவில் வட்ட வடிவமாய்ப் பொட்டிட்டுக் கொள்ள வேண்டும். இப்படிப் பொட்டிட்டுக் கொண்டால், ஒரே தடவையில் மிகவும் அழகாகப் பொட்டிட்டுக் கொள்ளலாம் என்றேன். அவ்வளவுதான். அம்மையார் நெற்றியிலிருந்த பொட்டை அழித்தார். வீட்டுக்குள் மறுபடியும் ஓடினார். சொன்னபடியே செய்தார். ஐந்து நிமிஷத்தில் நிறைந்த மனதுடனும் சிறந்த அழகுடனும் திரும்பி வந்து கணவருடன் சேர்ந்து கொண்டார். பின்னர் விசாரித்தால், இந்தத் தம்பதிகளிடையே நிலவிய மாலைப் பிணக்குத் தீர்ந்து விட்டது. நாம் சொன்ன முறையில் அம்மையார் அன்று முதல் பொட்டிட்டுக் கொள்ள முனைந்து விட்டதால் என்று அறிந்தேன். இத்தனையும் என் சொந்தக் கற்பனை அல்ல. இப்படி நண்பரது மனைவிக்குப் பொட்டிடும் கலையில் உள்ள நுணுக்கத்தைச் சொல்லிக் கொடுக்க எனக்குக் கற்றுக் கொடுத்தது ஒரு சிலை. அந்தச் சிலையை நேரில் காண விரும்பினால், நேரே ஸ்ரீரங்கத்திற்குச் செல்லுங்கள். தென் பக்கத்தில் உள்ள ரங்க விலாசத்தில் இடது பக்கமாக நுழைந்து அங்குள்ள வேணுகோபாலன் சந்நிதியைக் கண்டுபிடியுங்கள். அந்த வேணுகோபாலனைக் கூடக் கொஞ்சம் மறந்து அவன் கோயில் வெளிப் பிரகாரத்தை ஒரு சுற்றுச் சுற்றுங்கள். தெற்குப் பிரகாரத்தில் உள்ள ஒரு மாடக் குழியிலே ஒரு பெண்ணைக் காண்பீர்கள். அவள் பொட்டிட்டுக் கொள்ளும் நிலையில். ஆம். நாம் நண்பர் மனைவிக்குச் சொல்லிக் கொடுத்த அதே நிலையில் நிற்பதைக் காண்பீர்கள். ஒருவேளை நீங்கள் அழுத்தமான சைவராயிருந்து, ஸ்ரீரங்கநாதனோ அல்லது வேணுகோபாலனோ இருக்கும் திசை நோக்கிக் கூட திரும்ப மாட்டோமே என்றாலும் பரவாயில்லை. நீங்கள் தொழுகின்ற அந்தக் காசி விஸ்வநாதர் ஆலயத்திற்கே போங்கள். தொலை தூரத்திலிருக்கும் வட காசிக்கல்ல. எங்கள் திருநெல்வேலி ஜில்லாவிலுள்ள தென் காசிக்குத்தான். அங்குள்ள விஸ்வநாதர் ஆலயத்தில் முன் மண்டபத்தில் மேற்கே பார்த்த தூண் ஒன்றில் இதேவிதமாக பொட்டிடும் பெண் ஒருத்தி இதே நிலையில் காட்சி கொடுப்பாள்.

இதையெல்லாம் கேட்டு நீங்கள் நினைப்பீர்கள். என்ன இவர் கதை அளக்கிறார் என்று. இந்தவிதமாக எந்தப் பெண் பொட்டிட்டுக் கொள்கிறாள், கொஞ்சமும் இயற்கைக்குப்

பொருத்தமாக இல்லையே என்று. ஆனால் ஒன்று சொல்கிறேன். கலை என்பது உள்ளதை உள்ளபடியே உருவாக்கிக் காட்டுவது அல்ல. அந்த வேலையைத்தான் போட்டோக் காமிரா மிகவும் திறமையாகச் செய்து விடுமே. இந்த உருவம் இப்படி இருக்கிறது இன்று; இது எப்படி இருக்க வேண்டும்; எப்படி இருந்தால் அதில் அழகு நிறையும் என்று தெரிந்து உருவாக்குவதில்தான் இருக்கிறது கலைஞனின் கைத்திறம். நுண் கலைகளில் நுணுக்கத்தை அறிய நாம் தெரிந்து கொள்ள வேண்டியது. ஒரு சூத்திரம். எதைச் சொல்வது அல்லது எதைச் செய்வது என்பதில் எப்படிச் சொல்வது, எப்படிச் செய்வது என்பதை விளக்குவதே சூத்திரம். இந்தச் சூத்திரத்தை உரை கல்லாக வைத்துக் கொண்டு கலைகளை அறிய முனைந்தால் கலா ரசனை பெறலாம் எல்லோரும்.

கலை உலகிலே மிகவும் பிரசித்தி பெற்றவர்கள் பூர்வீக கிரேக்கர்கள். இவர்களுக்குப் பின் இக்கலையை வளர்த்தவர்கள் இத்தாலியர்கள். இவர்கள் உருவாக்கிய ஜூயஸ், அப்பாலோ, மெர்க்குரி, ஆப்ரோடைட், வீனஸ் இன்னும் எண்ணற்ற ஆண், பெண் உருவங்கள் எல்லாம் நல்ல தோற்றப் பொலிவு உடையவை. அந்த நிர்மாண சாஸ்திரத்திலே அனாடாமியிலே அளவு பிசகுவது என்பதே கிடையாது. இவர் கள் உருவாக்கிய சிலைகளில், இவர்கள் வளர்த்த கலையில். ஆனால், நமது தமிழர்கள் இருக்கிறாரகளே, இவர்கள் வடித்த சிலைகளில் எலும்பும், தசையும், நரம்பும், தோலும் முக்கிய இடம் பெறுவதில்லை. மனிதர்களையே இவர்கள் உருவாக்கிக் காட்டுவது இல்லையே. விண் மறைக்கும் கோபுரங்களோடு கூடிய வினை மறைக்கும் கோயில்களைக் கட்டிய தமிழர்கள் இந்தக் கோபுரங்களில் எல்லாம் தெய்வத் திருவுருவங்களை சிலை உருவமாக அமைத்தார்கள். ஆண் உருவிலும் பெண் உருவிலும் இந்தச் சிற்ப வடிவங்களை அமைத்தாலும் ஏதோ தெருவில் நடமாடும் ஆடவர் பெண்டிரைப் போல அமைக்காமல், தெய்வீக அழகு நிரம்பியவர்களாக, அசாதாரணத் தன்மை வாய்ந்தவர்கள் என்று காண்போர், கண்டு தொழுவோர் உணரும்படியாக உருவாக்கியிருக்கிறார்கள். உள்ளதை உள்ளபடி காட்டுவதோடு அவர்கள் திருப்தி அடையவில்லை. எப்படி உருவாக்கினால் மக்கள் எண்ணத்தில் உயர்வார்கள் என்று எண்ணியிருக்கிறார்கள். கற்பனை பண்ணியிருக்கிறார்கள். கலை உருவங்களை சிருஷ்டித்திருக்கிறார்கள். கருத்துக்களை காட்டுவதற்குக் கருவியாகத்தான் கலையை உபயோகித்திருக்கிறார்கள். இல்லாவிட்டால் நான்கு முகமும், பன்னிருகரமும், எட்டுத் தோளும், எண்ணற்ற வடிவும் தெய்வத் திருவுருவங்களுக்கு அமைப்பானேன். 'எட்டுத் திசையும், பதினாறு கோணமும் எங்கும் ஒன்றாய் முட்டி நிற்பவனே இறைவன்' என்பதை விளக்கத்தானே இந்த அசாதாரணமான உருவங்களை அமைத்திருக்கிறார்கள். உருமே இல்லாத கடவுளுக்கு உருவம் கற்பிக்க முனைந்தவன் கலைஞன். அண்ட பிண்ட சராசரங்களை எல்லாம் ஆட்டி வைக்கிறான் இறைவன். அப்படி ஆட்டி வைக்கிறவன் தானும் ஆடிக் கொண்டே ஆட்டினால்தான் அண்டங்கள் ஆடும் என்று சிந்தித்தான். அப்படிச் சிந்தித்த சிற்பியே ஆடும் பெருமானை அற்புதமாக உருவாக்கியிருக்கிறான். அகிலாண்ட கோடி ஈன்ற அன்னை என்கிறார்கள் இறைவியை. அந்த அகில கோடி உயிர்களையும் காக்கின்ற பெருமாட்டி அரை நிமிஷம் கூட கண்ணை மூட முடியுமா? ஆதலால் விழித்த கண் விழித்தபடியே இமை கொட்டாது நின்று அருள் புரிகிறாள். அவள் என்றெல்லாம் எண்ணியவன் தானே, "கண் இரப்பையே இல்லாது விழித்த கண் விழித்தபடியே இயங்கும் மீன் கண்ணைப் பெற்றவள் அவள் என்று கற்பிக்க முடியும். மீனாகவி

என்று அந்த அன்னைக்குப் பெயரிட்டு அழைக்கவும் முடியும்.

இப்படித்தான் கலைஞர்கள் சிந்தனையில் கடவுளர் எல்லோரும் உருவாகியிருக்கிறார்கள். இந்தச் சிந்தனைச் செல்வங்களே சிற்ப வடிவங்களாக நம் நாடு முழுவதும் நிறைந்திருக்கின்றன. இன்று சிற்பக் கலையை உருவாக்க கல்லையும், மரத்தையும், மண்ணையும், உலோகத்தையும் கருப் பொருளாகக் கையாண்டிருக்கிறார்கள்.

மண்ணினும் கல்லினும்
மரத்தினும் சுவரினும்
கண்ணிய தெய்வ தம்
காட்டுநர் வகுக்க

என்று பழைய இலக்கியமான மணிமேகலையே கூறி னாலும், இக்கலை சிறப்பாக வளர முற்பட்டது. பல்லவர் ஆட்சியில்தான். ஆறாம் நூற்றாண்டின் பின் பகுதியில் எழுந்த மாமல்லபுரத்துக் கற்கோயில்களில் எல்லாம் நல்ல நல்ல சிற்ப வடிவங்கள் உருவாகியிருக்கின்றன. இதையெல்லாம் உருவாக்குவதற்கு உறுதுணையாக இருந்தவன் பல்லவ மன்னன் நரசிம்மவர்மனே. இவன் கால்வழி வந்த மன்னர்களே காஞ்சி கைலாசநாதர் கோயிலிலும், வைகுண்டப் பெருமாள் கோயிலிலும் அற்புதமான சிற்ப உருவங்களை உருவாக்கினவர்கள். இப்படி இன்றைக்கு ஆயிரம் வருஷங்களுக்கு முன்பே தமிழ்நாட்டில் கலை வளர்க்கும் சிலைகள் தோன்றியிருக்கின்றன, ஆனால் இவை எல்லாம் அர்த்தசித்திரமாக அதாவது Bas relief ஆகத்தான் உருவாகி இருக்கின்றன. மலையைக் குடைந்து மண்டபங்கள் அமைக்கிறபோது அந்த மண்டபச் சுவர்களிலேயே உருவங்கள் அமைக்க வேண்டியிருந்தது.

பல்லவர்களுக்குப் பின் தமிழ்நாட்டில் கலை வளர்த்த பெருமக்கள் சோழ மன்னர்களே. 'எண் தோள் ஈசற்கு எழில் மாடம் எழுபது' கட்டமுனைந்த சோழன் கோச்செங்கணான் முதல், திரிபுவனச் சக்கர வர்த்தி குலோத்துங்கன் வரை, அற்புதம் அற்புதமான சிற்பங்களைக் கல்லிலும், செம்பிலும் வடித்திருக்கிறார்கள். லிங்கோத்பவர், உமா மகேசர், கல்யாணசுந்தரர், கஜசம்ஹாரர், பிக்ஷாடனர், திரிபுராந்தகர் முதலிய தெய்வத் திருவுருவங்கள் எல்லாம் உருவானது இவர்கள் காலத்தில்தான். அழகழகான செப்புச் சிலைகளை, நடராஜரது திருஉருவங்களை எல்லாம் வடித்தெடுத்து, கலை உலகிலே தமிழர்களுக்கு ஒரு அரிய புகழையே தேடித் தந்தவர்கள் இந்த சோழ மன்னர்கள். சோழர்களோடு போட்டி போட முடியவில்லை பின் வந்த பாண்டியர்களால், ஆனால், சோழர்களது அடிச்சுவட்டில், 16,17ஆம் நூற்றாண்டுகளில் இங்கு வந்த நாயக்க மன்னர்கள் நடக்க விரைந்தனர். பெரிய பெரிய கோயில்களை, மண்டபங்களை, நுணுக்க வேலைப்பாடுகள் நிறைந்த சிலை உருவங்களை எல்லாம் நிர்மாணிக்க ஆரம்பித்தனர். அவர்கள் நிர்மாணித்த சிற்பக் கலைக் கூடங்களே தென் காசி காசிவிஸ்வநாதர் கோயில் மண்டபம், கிருஷ்ணாபுரத்து திருவேங்கடநாதன் சந்நிதியின் ரங்கவிலாசம், மதுரை மீனாக்ஷி கோயிலின் கம்பத்தடி மண்டபம், புது மண்டபம் முதலியவை. இப்படி ஆயிரம் வருஷத்திற்கு அதிகமாகவே அதாவது 6ஆம் நூற்றாண்டிலிருந்து 17ஆம் நூற்றாண்டு வரை தமிழ்நாட்டில் சிற்பக் கலை நன்றாக வளர்ந்து அதி உன்னத நிலை அடைந்திருக்கிறது. அதன் பின்தான் சென்று தேய்ந்திறுதல் என்றபடி இக்கலை வளரவில்லை, வளர்ப்பார், ஆதரிப்பார் இன்மையால். சிற்பக் கலை உலகில் நாம் யாருக்குமே தாழ்ந்தவரில்லை என்று தலை தூக்கி நிற்கிற தமிழன் அதே பெருமையோடு சித்திர உலகில்

மார்தட்டிக் கொள்ள முடியாது. சித்திரக் கலை மேல்நாட்டில் வளர்ந்த அளவிற்குத் தமிழ்நாட்டில், வளர்ந்து இருக்கிறது என்று கூற இயலாது. லியார்னாடோவின்சி, ரபேல், டிஷியன், ரூபன், ரெம்பிராண்ட் முதலிய பண்டைச் சித்ரீகர்களுக்கு உலகில் என்றும் அழியாத பெருமை உண்டு. நமது இந்திய நாட்டிலோ, அழியா அழகு நிரம்பிய அஜந்தா ஓவியங்கள் உண்டு. இவையுடன் போட்டி போடத் தமிழன் என்றுமே முனைந்ததில்லை என்றாலும் 'நானும் சளைத்தவனில்லை' என்று வீம்பு பேசிக் கொண்டு இந்தச் சித்திர உலகத்திலும் முன் நடந்திருக்கிறான் அவன். இங்கும் சித்திரம் தீட்ட இவர்கள் தேடிய இடம் கோயில் பிரகாரத்தில் உள்ள சுவர்கள்தான். பண்டைய இலக்கியமான பத்துப்பாட்டு, புறநானூறு, சீவக சிந்தாமணி முதலிய நூல்களிலிருந்து சித்திர மாடங்கள், சித்திரக் கூடங்கள் எல்லாம் தமிழ்நாட்டில் அன்றே இருந்தன என்று அறிகிறோம். என்றாலும் இந்தச் சித்திர உலகில் பழம் பெருமையுடையது புதுக்கோட்டையை அடுத்த சித்தன்னவாசல் குடைவரைக் கோயிலில் உள்ள ஓவியங்களே. இவற்றை ஜைனனாக இருந்த பல்லவ மன்னன் மகேந்திரவர்மன் சைவனாக மாறுவதற்கு முன் எழுத ஏற்பாடு பண்ணியிருக்க வேண்டும், 'சாமவ சரவணப் பொய்கை' என்று ஜைனர்கள் புகழும் தடாகத்தை அங்குள்ள விதானத்தில் வரைந்து வைத்திருக்கிறான். அத்துடன் அங்கு தீட்டியிருக்கும மகேந்திரவர்மன் உருவமும், நடன மாதின் அற்புதத் தோற்றமும் தமிழர் வளர்த்த சித்திரக் கலைக்கு நல்ல சான்றாக அமைந்திருக்கின்றன. சித்திரக்காரப் புலி என்று புகழ் பெற்ற மகேந்திரவர்மன், சித்தன்னவாசலில் இந்த அழியா ஓவியங்களை எழுதி, தமிழ்நாட்டிற்குள்ளே அஜந்தாவையே கொண்டுவர முனைந்திருக்கிறான். சித்தன்னவாசல் சித்திரத்துக்கு பிற்பட்ட காலத்தவை காஞ்சிபுரத்துக் கைலாசநாதர் கோயில் சுவர் ஓவியங்கள். இந்தக் கோயிலைக் கட்டி சித்திரங்களை தீட்டி வைத்தான். ஏழாம் நூற்றாண்டின் பிற்பகுதியில் இருந்த ராஜசிம்மன். என்னும் இரண்டாம் நரசிம்மவர்மன். இந்த ஓவியங்களில் பல இன்று சிதைந்து அழிந்து விட்டன. உருப்படியான சித்திரங்களே இங்கு காணப்படவில்லை.

சித்திர உலகிலும் தமிழர்களுக்குப் பெருமை தேடிக் கொடுப்பவர்கள் சோழ மன்னர்களே. ராஜராஜன் கட்டிய அந்தத் தஞ்சைப் பெரிய கோயிலிலே கர்ப்பக்கிரகத்தைச் சுற்றியுள்ள பிரகாரத்திலே அற்புத அழகோடு கூடிய சித்திரங்கள் தீட்டப்பட்டிருக்கின்றன. பின் வந்த நாயக்க மன்னர்கள் இவற்றின் மீது சுதை பூசி, தங்கள் கைத்திறனைக் காட்டியிருந்தாலும் தமிழர்கள் செய்த தவப்பயனால் இந்தச் சுதை நீக்கப்பட்டு அந்தப் பழைய ஓவியங்கள் வெளிவந்திருக்கின்றன. சுந்தரமூர்த்தி நாயனாரது சரிதையில் உள்ள முக்கிய சம்பவங்கள் இங்கு சித்திரமாகத் தீட்டப்பட்டிருக்கின்றன. அத்துடன் திரிபுர சம்காரத்திற்காக இறைவன் புறப்படும் காட்சி பெரிய அளவில் அழகாக உருவாகி இருக்கிறது. சிவபாத சேகரனான ராஜராஜன் கலை மூலம் பக்தியை வளர்க்கலாம் என்று கண்டவன். அதற்காக பெரிய கோயிலைக் கட்டியிருக்கிறான். பெரிய பெரிய சிலை உருவங்களை நிர்மாணித்திருக்கிறான், பெரிய சித்திரங்களையும் தீட்டியிருக்கிறான். சோழர்களுக்குப் பின் நாயக்க மன்னர்களும் மதுரை மீனாக்ஷியம்மன் கோயில் முதலிய இடங்களில் சித்திரங்களைத் தீட்டி வைத்திருக்கிறார்கள். ஆனால், இவை எல்லாம் சிறந்தவை என்று கூற இயலாது.

இன்று தமிழ்நாட்டில் ஒரு புதிய உணர்ச்சி பிறந்திருக்கிறது. அதன் மூலமாகச் சித்திரம் தீட்டுபவர்கள் பலர் தோன்றியிருக்கிறார்கள். வண்ண ஓவியங்கள் வரைபடமாகத் திரைச்

சீலையில் எல்லாம் எழுதப்படுகின்றன. சமீப காலத்தில் கேரளத்தில் ரவிவர்மாவும் வங்காளத்தில் அவனீந்திரரும் வளர்த்த இந்தக் கலையை இன்று தமிழ்நாட்டில் எண்ணற்ற இளைஞர்கள் வளர்த்து வருகிறார்கள். இவர்களுக்கு ஆதரவு தருவார் தொகையும் பெருகி வருகிறது. சித்திரம், சிற்பம் முதலிய கலை வளர்ப்பதன் மூலமாக தமிழர்களது கலை ஆர்வத்தை வளர்க்கலாம், வாழ்வின் தரத்தையே உயர்த்தலாம் என்பது என் நம்பிக்கை. அதற்கு ஆவன செய்ய வேண்டியது தமிழர் கடமை.

7. கலை உறவு சிற்பம்

சமீபத்தில் நான் ஒரு பெண்கள் கல்லூரியின் ஆண்டு விழாவிற்குப் போயிருந்தேன். அங்கே பல இசை நிகழ்ச்சிகள், நல்ல நடனம் நாட்டியத்துடன் நடைபெற்றன. பாரதமாதாவின் திருவோலக்கம் ஒரு நல்ல காட்சியாக இருந்தது. இந்திய தேசப் படம் பின்னணியாக விளங்க, அதன் முன் ஒரு பெண் ரத்னமயமான கிரீடம் அணிந்து; கையில் சூலம் ஏந்தி ஒரு பெரிய பீடத்தில் நின்றிருந்தாள். அவளுக்கு வலது பக்கத்திலே இரண்டு பெண்கள்; இடது பக்கத்திலே இரண்டு பெண்கள்; உடையைப் பார்த்து வலப்புறம் நின்றவர்கள் பஞ்சாபி, மராத்தி என்றும், இடப்புறம் நின்றவர்கள் வங்காளி, தமிழ்ப் பெண் என்றும் தெரிந்து கொள்ளலாம். திரை விலகியதும் பாட்டு ஆரம்பமாகியது.

பாருக்குள்ளே நல்ல நாடு - எங்கள்
பாரத நாடு

என்ற பாரதியார் பாடலின் பல்லவியை மட்டும் நான்கு பெண்களும் சேர்ந்து பாடினார்கள். அதன் பின் பஞ்சாபி 'கொஞ்சம் முன் வந்து ஆடிக் கொண்டே,

வீரத்திலே சிந்து தீரத்திலே - போரில்
வீறிட்டு எழுந்திடும் நாட்டினர் யாம்
பாரத்திலே புகழ் ஏறிச் சிறந்திடும்
பாஞ்சால நாட்டினுக் கீடுமுண்டோ ?

என்று கேட்டாள். அவள் பின் வாங்கு முன், இடது புறம் நின்ற வங்காளி துள்ளி வந்து,

பொங்கு திரைகளும் தொங்கு நுரைகளும்
பூக்களினங்களும் தாங்கி வரும்
கங்கை மகள் நடம் ஆடிவரும் எங்கள்
வங்கத்துத் தாய்க்கொரு ஈடு முண்டோ ?

என்று எதிர்க் கேள்வி போட்டாள் பாடிக் கொண்டே. "ஏதடா? இது என்ன பாரதி பாட்டிற்கே ஒரு புது மெருகா?" என்று நினைத்துக் கொண்டிருந்தேன். அதற்குள் மராத்திப் பெண்ணும்,

மேலை நிலத்தினர் மெச்சிப் புகழ்ந்திடும்
மேன்மை படைத்த துறைமுகமும்
மாலைப் பருதிக் குழம்பில் குளித்திடும்
மாமலை மராட்டம் என் நாடாம்

என்று அடக்கமாகவே அவள் பெருமையைச் சொல்ல முன் வந்தாள். தமிழ்ப் பெண்ணும் இத்தனைக்கும் சளைத்தவளாகக் காணப்படவில்லை. அவளும் ஒய்யாரமாகவே ஒரு நடை நடந்து,

கன்னித் தமிழ் இன்பப் பாய்ச்சலொடு
வையை காவிரி எல்லாம் புரண்டு வரும்
எண்ணத் திதிக்கும் தமிழ்நாடே புகழ்
ஏறிச் சிறந்திடும் என் நாடாம்

என்று வெகு அழகாகத் தன் கட்சியை வலியுறுத்தினாள். இதையெல்லாம் பார்த்துக் கொண்டிருந்த நான் "ஏதடா? இந்திய நாடு முழுவதும் எப்பொழுதும் ஒன்றாகவே இருக்க வேண்டும், பகுதிப் பிரிவினைகள், பாகப் பிரிவினைகள் எல்லாம் கூடாது என்று பெரிய பெரிய தலைவர்கள் எல்லாம் படித்துப் படித்துச் சொல்லுகிறபோது இப்படி இவர்கள் தங்கள் தங்கள் நாட்டுப் பெருமையைத் தம்பட்டம் அடித்துக் கொண்டால் - அதிலும் - பெண்களுக்குள் இப்படிச் சண்டை வர ஆரம்பித்துவிட்டால் - இது எங்கு போய் முடியுமோ" என்றெல்லாம் சிந்தித்தேன். என் சிந்தனையைக் கலைத்துக் கொண்டு மறுபடியும் நான்கு பெண்களும் சேர்ந்து பாட ஆரம்பித்து விட்டார்கள்.

இந்து முசல்மான் கிறிஸ்தவரும் இன்னும்
எண்ணற்ற சாதி இருந்தாலும்
சொந்த சகோதரர் போல நாற்பது கோடி
ஜனங்களும் கூடிடுவோம்.

என்று பாடிக் கொண்டே, நான்கு பெண்களும் கை கோத்து பாரத மாதாவை வலம் வந்து வணங்கினார்கள். இந்தக் கடைசிக் காட்சியைக் கண்டதும் அதற்கு ஒரு 'சபாஷ்' போடத் தோன்றிற்று எனக்கு. உண்மைதானே. நம் நாட்டிலோ சாதி மத பேதங்களுக்குக் குறைவில்லை. இருந்தாலும், எல்லோரும் இந்தியர்கள் தானே. இந்த ஒற்றுமை உணர்ச்சி மட்டும் எல்லா மக்களுடைய உள்ளத்திலும் உதித்துவிட்டால் எப்படி இருக்கும்? இப்படிப்பட்ட ஒரு உணர்ச்சியை உருவாக்கத்தானே நமது அருங்கலைகள் பெரிதும் உதவியிருக்கின்றன. கவிதை, இசை, சித்திரம், சிற்பம், நடனம், நாட்டியம் முதலிய கலைகளில் எல்லாம் ஊடுருவி நிற்கும் இந்த ஒற்றுமை, உறவு எவ்வளவு சிறப்பு வாய்ந்தது என்றெல்லாம் எண்ணினேன். அன்று அந்தப் பெண்கள் கல்லூரியில் அந்தப் பெண்கள் நடித்த காட்சியைப் பார்த்த போது.

நமது இந்திய நாட்டின் தென் பகுதியான தக்ஷிணத்திற்கும் வட இந்தியாவிற்கும் இடையில் குறுக்கே கிடக்கிறது விந்திய மலையும் நர்மதை நதியும். என்றாலும் இந்த ஆற்றலையும், மலையை யும் தாண்டித்தான் வட இந்தியர் தென்னாட்டோடும், தென்னிந்தியர் வட நாட்டோடும் உறவு கொண்டாடி வருகிறார்கள். கைலையில் வாழும் அந்தச் சிவபெருமானே அகத்தியரைத் தென்னாட்டிற்கு அனுப்பி இந்த உறவுக்கு அடிகோலி இருக்கிறான். பழந்தமிழ் நாட்டுப் பெருவேந்தர்களும் இந்த உறவை வளர்த்து வந்திருக்கிறார்கள். சோழன் கரிகாலன் இமயத்தில் புலிக் கொடியைப் பொறித்தான் என்றால், சேரன் செங்குட்டுவன் அங்கிருந்தே கல் கொண்டு வந்து பத்தினித் தெய்வம் கண்ணகியைப் பிரதிஷ்டை செய்திருக்கிறான்.

சிற்பத்திற்குப் பெயர் பெற்ற நாடு நம் நாடு. சித்திரத்தில் மிக உயர்ந்த சிற்பநூலின் அற்புதத்தை சின்னச் சின்ன ஊரில் கூட இன்று எங்குங்காணலாம். இந்தச் சிற்பக் கலை மூலமாக நாட்டின் கலையுறவு எப்படி வளர்ந்திருக்கிறது என்பதைக் கொஞ்சம் பார்க்கலாம். நம் நாட்டுச் சிற்பக் கலையின் சரித்திரம் கிறிஸ்து பிறப்பதற்கு 3,000 வருஷங்களுக்கு முன்பே சிந்து வெளிப் பிரதேசத்தில் ஆரம்பித்திருக்கிறது. மொகஞ்சதாரோ, ஹாரப்பா முதலிய இடங்களில் அன்று வளர்ந்த நாகரிகம் திராவிட நாகரிகத்துடன் நெருங்கிய தொடர்புடையது என்பதில் இன்று எவருக்குமே சந்தேகம் இல்லை. முத்திரைகளும் (Seals) மண்ணாலும், மணலாலும் அமைத்த மக்கள், மாக்கள் உருவங்களும், வெண்கலத்தால் ஆக்கப்பட்ட பல்வேறு சிலைகளும் அங்கு இருந்திருக்கின்றன. முத்திரைகளில் காணுகின்ற காளையின் சுவடுகளை பிந்திய சிற்பங்களில் எல்லாம் நாம் காண்கிறோம். இங்கு வெண்கலத்தில் வார்த்துள்ள ஒரு பெண்ணின் சிலைக்கும், இதற்கு 3000 வருஷங்களுக்குப் பின்பு அமராவதி ஸ்டூபாவின் சட்டத்தில் தோன்றும் ஒரு பெண்ணின் சிலைக்கும் உருவ ஒற்றுமை இருக்கிற தென்றால் அதிசயந்தானே.

வேதகாலம், இதிகாச காலத்தில் எல்லாம் இந்தியச் சிற்பம் அவ்வளவு வளர்ச்சியடைந்ததாக இல்லை. மறுபடியும் சிற்ப உருவங்கள் உருவானதெல்லாம் பௌத்தமும் சமணமும் நாட்டில் பரவிய காலத்தில்தான். மகாவீரரையும், புத்த பகவானையும் பற்பல உருவங்களாக ஆக்கியிருக்கிறார்கள் சிற்பிகள். கலை வளர்த்த வள்ளலான மௌரியச் சக்கரவர்த்தி அசோகர், எல்லா இடத்திலும் புத்த விகாரங்களைக் கட்டிக் கொடுத்திருக்கிறார். தர்மச் சக்கரம் பொறித்த பிரம்மாண்டமான ஸ்தம்பங்களை நிறுவியிருக்கிறார். காளையும், குதிரையும், யானையும், சிங்கமும் சிற்பத்தில் உருவாகி, மொஹஞ்சதாரோச் சிற்பங்களோடு போட்டியிட ஆரம்பித்திருக்கின்றன. மௌரியர்கள் காலத்திற்குப் பின் பர்ஹுத் சாஞ்சி ஸ்தூபங்களிலும் நல்ல சிலை உருவங்கள் உருவாகியிருக்கின்றன. காந்தாரத்திலும் மதுராவிலும் பல புத்த விக்கிரஹங்கள் தோன்றியிருக்கின்றன. புத்தரையும்; போதி சத்துவரையும் எவ்வளவு அழகாக உருவாக்கினார்களோ அத்தனை அழகுடனேயேதான் யக்ஷர்களையும் யக்ஷிணிகளையும் உருவாக்கியிருக்கிறார்கள் அந்தக் காலத்துச் சிற்பிகள்.

சிற்பக் கலையின் பூரண வளர்ச்சியை நாம் மகத நாட்டரசர் குப்தர்களின் காலத்தில்தான் பார்க்கிறோம். அப்போதுதான் கடவுளை வெறும் மனிதனர்களாகக் காட்டும் முறை அடியோடு மாறியிருக்கிறது. அழகுருவாய் அமைந்த புத்தரின் முகத்திலே ஒரு சாந்தி நிலவ வைத்திருக்கிறான் சிற்பி. சாரநாத்திலும், மதுராவிலும் உள்ள பெரிய புத்த விக்கிரகங்கள் இன்றும் ஒரு தெய்வீக உணர்ச்சியை நமக்கு ஊட்டுகின்றன. அஜந்தா, அவுரங்காபாத், பாக், காங்கேரி முதலிய இடங்களில் காணும சிறபங்கள், சிற்பக் கலை தனித்து நிற்கத் தோன்றிய ஒரு கலையல்ல, மனிதனின் வாழ்க்கையோடு ஒட்டி வளர்ந்த ஒரு நல்ல கலை என்பதைக் காட்டுகின்றன. எல்லாம் உயர்ந்த லக்ஷியத்தை விளக்கும் உன்னதச் சிற்பங்கள்.

பௌத்தமும், சமணமும் இந்தப் புத்தர், பார்ஸ்வநாதர், நேமிநாதர் சிலைகளைச் சுற்றி வளர்ந்தது போல சைவமும், வைஷ்ணவமும் எண்ணற்ற தெய்வ வடிவங்களைச் சுற்றியே வளர ஆரம்பித்திருக்கின் றன. ஆக்கிக் காத்து அழிக்கும் திரிமூர்த்தித் தத்துவம் எல்லாம் அற்புதமான சிலை உருவத்தில் உயிர் பெற் றிருக்கின்றது.

இந்தக் காலத்தை ஒட்டித்தான் எல்லோராவிலும், எலிபெண்டாவிலும் அழியா அழகுடைய சிற்பங்கள் பல உருவாகியிருக்கின்றன. பௌத்தம், சமணம், சைவம், வைஷ்ணவம் எல்லாம் ஒன்று கூடுமிடம் எல்லோரா. மொத்தம் இருக்கும் 34 குகைகளில் 14 குகைகளில் பெரிய பெரிய புத்த விக்கிரகங்கள். வாயில்களிலோ துவாரபாலகர்கள். புத்தரைச் சுற்றிக் கந்தர்வர்கள். புத்தரின் தாயான மாயையும், மனைவி யசோதையும் கூட அங்கு உண்டு. 17 குகைகளில் சைவ வைஷ்ணவ மூர்த்திகள் இடம் பெற்றிருக்கின்றனர். எல்லா வகையிலும் சிறப்புடையது கைலாசநாதர் குகை என்னும் ரங்கமகாலே. இதைக் குகை என்று சொல்வதைவிட ஒரு பெரிய கோயில் என்று சொல்வதுதான் பொருந்தும். இந்தக் கோயிலின் முன் மண்டபமே 276 அடி நீளம். 154 அடி அகலம். மண்டபத்தின் இரு பக்கத்துச் சுவர்களிலும் ராமாயணத்திலிருந்தும், பாரதத்திலிருந்தும் பல காட்சிகள் செதுக்கப்பட்டிருக்கின்றன. இந்தக் குகைக் கோயில் கி.பி. எட்டாம் நூற்றாண்டின் பிற்பகுதியில் ராஷ்டிரக்கூட அரசன் முதலாம் கிருஷ்ணன் காலத்தில் கட்டப் பட்டதாகச் சரித்திரம் கூறுகின்றது. இத்துடன் அங்குள்ள ராவணக் குகையும் சிறப்பு வாய்ந்தது. அங்கும் சிற்ப உருவங்கள் பல காட்சி கொடுக்கின்றன. மகிஷாசுரமர்த்தனம், சிவதாண்டவம், சிவபார்வதி திருமணம் முதலிய காட்சிகளும், கஜலக்ஷிமி, பூவராக மூர்த்தி, திரிவிக்கிரமன், கோவர்த்தனதாரி, உக்கிரநர சிம்மன் முதலியவர்களும் காட்சி கொடுக்கிறார்கள். சைவமும், வைஷ்ணமும் பின்னிப் பிணைந்து உறவ கொண்டாடுகிறது இங்கே. இன்னும் கொஞ்சம் திரும்பினால் ஜைனர்கள் குகை, இந்திரசபை ஜகந்நாத சபைகளுடன் பார்ஸவநாதர் நிர்வாண உருவத்தில் காட்சி கொடுப்பார். புத்தரையே ஒத்திருக்கும் மகாவீரர் உருவமும் இங்கு உண்டு. எல்லோராக் குகையில் நுழைந்து பார்த்துவிட்டு வெளியே வந்தால் சமய உணர்வு வளரும். ஆனால், சமய வெறி நீங்கும். சைவம், வைஷ்ணவம், சமணம், பௌத்தம் எல்லாம் எப்படி இணைந்து உறவு கொண்டாடுகிறது என்பதைக் கண்ட பிறகும் 'அரன் அதிகன், உலகளந்த அரி அதிகன்' என்றுரைக்கும் அறிவின்மை ஒருவரிடம் நிற்கவா செய்யும்?

இப்போது நமது தமிழன்பர்கள் முணுமுணுப்பது என் காதில் கேட்கிறது. ஏது, இந்தியச் சிற்பத்தை எழுத முனையும் சில ஆராய்ச்சியாளர்கள்தான் விந் திய மலைக்குத் தெற்கேயும் நாடு இருக்கிறது என்பதை மறந்திருக்கிறார்கள். இவருக்கென்ன? பொருநைத் தண்ணீர் குடித்து வளர்ந்த இவருமா தமிழ் நாட்டை மறந்துவிட வேண்டும்? என்று அவர்கள் கேட்பது நியாயந்தானே.

தமிழ்நாட்டில் சிற்பக் கலையை வளர்த்த பெருமையில் பெரும் பகுதியை எங்கள் முன்னவர், பல்லவர்களே தட்டிக் கொண்டு போய் விடுகிறார்கள்.ஏதோ சோழ மன்னர்களுக்கும் நாயக்க மன்னர்களுக்கும் அந்தப் பெருமையைக் கொஞ்சம் கொடுக்கவும் செய்கிறார்கள். எல்லோராவையும், எலிபெண்டா வையும் பார்த்த கலைவல்லார் மாமல்லபுரத்திற்கு வந்ததும் 'ஆ' என்று வாயைத் திறந்து அப்படியே அதிசயித்து நின்று விடுகிறார்கள். மலைகளைச் செதுக்கி உருவாக்கிய பஞ்சபாண்டவ ரதங்களையும், குகைச் சிற்பங்களையும் கண்டு தமிழ்நாட்டிலே ஒரு எல்லோராவை - ஆம், எல்லோராவில் உள்ள பல குகைகள் வெட்டிச் செதுக்குவதற்கு சில நூற்றாண்டுகளுக்கு முன்னமேயே மாமல்லபுரத்தில் நிறுவிய மாமல்லனை வாயாரப் புகழ்கிறார்கள். எல்லோராவிலும், எலிபெண்டாவிலும் காணும் சிற்ப உருவங்களைவிட எவ்வளவோ சிறந்த சிற்ப ஓவியங்கள் அல்லவா இந்தத் தமிழ்நாட்டுச் சிற்பிகளின் சிற்-

றுளிகளால் செதுக்கப்பட்டிருக்கின்றன, பகீரதன் தவக் காட்சி ஒன்றையே பார்த்துக் கொண்டு நிற்கலாம் பல மணி நேரம். மகிஷாசுரமர்த்தினி, அனந்தசயனன், வராகமூர்த்தி, திருவிக்கிரமன் முதலிய சிலை உருவங்களில் காணும் கற்பனை வளம் எல்லோராவைத் தூக்கியடிக்கிறது. சிற்ப உருவங்களை வேறிடத்தில் செதுக்கி அவைகளை எடுத்து வந்து மற்றோரிடத்தில்:ஒட்ட வைத்தது போல எல்லோராவிலும், எலிபெண்டாவிலும் இருக்கும். ஆனால், மாமல்லபுரத்திலோ உருவங்கள் கல் சுவர்களின் உள்ளிருந்து துடித்துக் கொண்டு வெளியே குதிப்பது போல் இருக்கும். இப்படியெல்லாம் நான் சொல்லவில்லை, சிற்பக்கலை ஆராய்ச்சியில் வல்லுநரான கார்ல் கந்தீலாலே சொல்கிறார். பல நூறு ஆண்டுகளாக இந்தியாவில் வளர்ந்து வந்த சிற்பக் கலை மாமல்லபுரத்தில்தான் பூரணப் பொலிவுடன் உச்சநிலையை எய்துகிறது என்றும் அவரே கூறுகிறார். ஆயிரக்கணக்கான மைல்கள் இடையே இருந்தும் கலை உறவு காரணமாக எல்லோராச் சிற்பத்திற்கும்,மாமல்லபுரச் சிற்பத்திற்கும் இடையே ஒரு ஒற்றுமை இருக்கிறது.

கலை வளர்த்த பல்லவர்கள் அடிச்சுவடு பற்றி சோழர்களும் நாயக்க மன்னர்களும் சிற்பக் கலைக்குத் தக்கத் துணையாக இருந்திருக்கிறார்கள். சித்திரக் காரப் புலி மகேந்திரவர்மப் பல்லவனை அவன் மகன் சிற்பப்புலி மாமல்லன் விஞ்சியது போல, தஞ்சைப் பெருவுடையார் கோயிலைக் கட்டிய ராஜராஜன் புகழை அவன் மகன் ராஜேந்திரன், கங்கை கொண்ட சோழன் மங்கச் செய்திருக்கிறான். கங்கை கொண்ட சோழபுரத்தில் ஒரு அழகிய கோயிலைக் கட்டி அங்கு நல்ல சிலைகளையும் நிர்மாணித்து கும்பகோணம், தாராசுரம் முதலிய இடங்களில் எல்லாம் வடநாட்டுப் பெண்களையெல்லாம் - தூக்கியடிக்கக் கூடிய வகையில் பல பெண்ணுருவங்கள் தோன்றி இருக்கின்றன. கும்பகோணம் நாகேஸ்வர சுவாமி கோயிலில் உள்ள அரசிளங்குமரி, அர்த்தநாரி, பிக்ஷாடனர் சிலைகளைப் பார்த்தால் ஏதோ அஜந்தாவில் உள்ள சித்திரங்களே உயிர்பெற்று அடிபெயர்ந்து நடந்து விட்டனவோ என்று தோன்றும்.

இன்றும் மதுரை, திருநெல்வேலி, தென்காசி, ஸ்ரீவில்லிபுத்தூரில் காணும் உயிரோவியங்களைப் பார்த்தால் அவைகளுக்கும் மவுண்ட் அபூவில் உள்ள டில்வார் கோயிலின் சிலைகளுக்கும் ஒரு ஒற்றுமை. தோன்றும். இரண்டிடத்திலும் வெகு நுணுக்கமான வேலைப்பாடுகள் இருக்கக் காண்போம். மதுரையில் உள்ள சிலைகளோ ஆந்திர நாட்டு லெபாக்ஷியின் சிலைகளோடும், கன்னட நாட்டு பேலூர், ஹலபேட், சோமநாத்பூர் சிலைகளோடும் ஒப்புவமை உடையதாக இருக்கின்றன. இவ்விதமே இன்னும் என்ன முறைகளில் எல்லாமோ தமிழ்நாட்டுச் சிற்ப உருவங்கள் மற்றைய நாட்டுச் சிற்பங்களோடு போட்டி போடுகின்றன. உலகில் கிழக்கு மேற்கு என வாதமிடும் மக்கள் மிகுந்த இந்தக் காலத்தில் சிற்பக் கலையில் இத்தகைய ஒற்றுமையும் உறவும் இருப்பது போற்றத்தகுந்ததே அல்லவா?

இதற்கெல்லாம் காரணம் நம் நாட்டுச் சிற்பங்கள் எல்லாம் சமயச் சார்புடையவைகளாய் இருத்தல் தான். சமயத்தையும் சமயத் தத்துவத்தையும் அடிப்படையாகக் கொண்டே நமது கலைகள் வளர்ந்திருக்கின்றன. அஸ்திவாரம் பலமானது. அதனால்தான் அருங்கலைகளாகிய மேல்கட்டுக்கோப்பு உறுதியுடன் இன்றும் நிலைத்து நிற்கின்றது. இப்படிக் கலை வளர்த்த பெருமக்களுக்கு, அற்புதச் சிற்பிகளுக்கு, தெய்வத் தச்சர்களுக்கு நாம் தலை தாழ்த்துகிறோம் என்றால் வியப்பில்லைதானே!

8. சிற்பக் கலையில் உத்திகள் - மிகை அமைப்பு

இராம கதை எல்லோருக்கும் தெரியும். கதையில் வருகின்ற பாத்திரங்களைப் பற்றியும் தெரியும். வான்மீக முனிவர் அமைத்துக் கொடுத்த சித்திரங்கள் பலவற்றை, அதி அற்புதமாக மாற்றி அமைக்கிறான் கவிச்சக்ரவர்த்தி கம்பன். காமவெறியோடு ராமனையும், லக்ஷ்மணனையும் மாறி மாறி அணுகும் வான்மீகரது சூர்ப்பனகை, கம்பனிடம் காமவல்லி கன்னியாகவே மாறுகிறாள். ராமனோடு தர்க்கவாதம் புரிகிறாள். ராமன் காலையில் நீராடச் சென்றிருக்கிறான். சீதை பர்ணசாலையில் தனியே இருக்கிறாள். இலக்குவன் வெளியே காத்து நிற்கிறான். தனக்கும் ராமனுக்கும் இடையே இருப்பவள் சீதையே. அவளை எடுத்துச் சென்றால்தான் தன்னை ராமன் விரும்புவான் என்று நினைக்கிறாள். நினைத்ததை முடிக்க விரைகிறாள். இடைபுகுந்த இலக்குவன் வாளால் அவள் மூக்கை அரிந்து விடுகிறான். மூக்கறுபட்ட சூர்ப்பனகை ஓடிச் சென்று, ராமன் முன்பு விழுந்து புரண்டு அழுகிறாள். கேள்வி கேட்டு ஒரு ரசமான வாதத்தை வேறு கிளப்புகிறாள். "என் மூக்கோ அறுபட்டு விட்டது. எனக்கிருக்கும் வரபலத்தால் நல்ல அழகியாக நான் மாறிவிடக் கூடும். போன மூக்கையுமே திரும்பப் பெற்றுவிட முடியும். ஆனால், பெண்ணுக்கு மூக்கு என்பதொன்று அவசியம்தானா? மூக்கில்லா விட்டால் அழகு குறைந்தா போகும்? நல்ல சம ஒழுங்கில் இருக்கும் முகத்தில் மூக்கென்று ஒன்று நீண்டு உயர்ந்திருப்பது மிகையே அல்லவா" என்று கேட்கிறாள். இல்லை, 'மேக்குயரும் நெடுமூக்கு மடந்தையர்க்கு மிகையன்றோ?' என்று கம்பர் சூர்ப்பனகையைக் கேட்க வைக்கிறார். வாதம் ரொம்ப ரஸமாகத்தானே இருக்கிறது?

இந்தக் கேள்வி, கலா ரசிகை சூர்ப்பனகையிடமிருந்து மட்டும் பிறக்கவில்லை. இப்படிப்பட்ட சூர்ப்பனகை ரசிகர்கள் பலர் இன்று நம்மிடையே இருக்கத்தான் செய்கிறார்கள். ஏதோ ஒரு கோயிலுக்குப் போய் அங்குள்ள சிலை உருவங்களைப் பார்க்கிறார்கள். 'என்ன சார், இந்தச் சிலைகளில் எல்லாம் ஏன் இத்தனைக் கோணல் மாணல்கள், ஏன், இந்தப் பெண் வடிவத்திற்கு இவ்வளவு பெரிய மார்பகங்ள்? ஏன் சார், இந்த விக்ரகத்தில் இத்தனை தலைகள், இத்தனை கைகள்? எல்லாம் இயற்கைக்கு ஒத்ததாக இல்லையே, இவைகளைப் பார்த்துத் தானே, சூ, ஓ என்றெல்லாம் பிரமாதப்படுத்துகிறீர்கள்?' என்று கேட்கிறார்கள். நல்ல வேளை, பெண்ணிற்கு இவ்வளவு விம்மிப் பெருத்த மார்பகங்கள் ஏன் என்று மட்டும் கேட்டார்களே, சூர்ப்பனகையுடன் சேர்ந்து கொண்டு, பெண்ணிற்கு மார்பகங்களே எதற்கு சார் என்று கேட்காமல் விட்டார்களே. அந்த மட்டுக்கும் கெட்டிக்காரர்கள்தான்! இப்படித்தான் சிற்பத்தில் எதை எடுத்தாலும், அது மிகை என்று சொல்லும் மனப்பான்மை, நமது ரசிகர்கள் பலருக்கு ஏற்பட்டிருக்கிறது. இவர்களுக்குப் பதில் சொல்வதே இன்றையப் பேச்சின் நோக்கம்.

கலை என்றால் உள்ளதை உள்ளவாறே படம் பிடித்துக் காட்டுவதன்று. மதுரைப் புது மண்டபத்திற்குப் போய் அங்கிருக்கும் பொம்மைக் கடை, ஒன்றில் பன்ருட்டி மாம்பழம் ஒன்றை எடுத்துப் பார்த்து, "அட்டா, எவ்வளவு தத்ரூபமாக இருக்கிறது. மண்ணால் செய்யப்பட்டதென்றே சொல்ல முடியாது போல் இருக்கிறதே" என்று அதிசயிக்கிறோம். இது ஒரு

நண்பருடைய போட்டோவைப் பார்த்து விட்டு “அடடே, போட்டோவில் ஆளை அப்படியே உரிச்சு வைச்சது போலல்லவா இருக்கிறது” என்று சொல்கிற கணக்குத்தான். நண்பருடைய போட்டோவும், பண்ருட்டி மாம்பழமும் கலைப் பொருள்கள் அல்ல. அப்போது கலை என்றால் என்ன? ஒரு சித்திரத்தின் முன்போ அல்லது ஒரு சிலையின் முன்போ நின்று கூர்ந்து பார்க்குங்கால், நல்ல சங்கீதத்தை, நல்ல கவிதை ஒன்றைக் கேட்கும் அனுபவத்தை நாம் பெற வேண்டும். சங்கீதத்தைக் கேட்கிறோம், கவிதையை அனுபவிக்கிறோம். ஏன் அனுபவிக்கிறோம்? சங்கீத வித்வானும், கவிஞனும் அவர்கள் அடைந்த ஒரு ஆனந்த அனுபவத்தை நம் உள்ளத்திலே பாய்ச்சி விடுகிறார்கள், நம் உள்ளமாம் வீணைதனில் உள்ள வீடு அத்தனையையும் ஒலிக்கும்படி செய்து விடுகிறார்கள். அதுபோலவே, நாம் ஒரு நல்ல சிற்ப உருவைப் பார்க்கும்பொழுது, அந்த வடிவத்தை ஆக்கிவனுடைய உள்ள உணர்ச்சிகளையே உணர்கிறோம். கல்லிலும், செம்பிலும் துடிதுடிக்கும் உணர்ச்சிகளை எப்படி உருவாக்குகிறான் என்பதை காண்கிறோம். அந்தச் சிற்பி எத்தனையோ நூற்றாண்டுகளுக்கு அப்பால் இருந்து கொண்டு நம்மோடு பேசுகிறான். நம் எண்ணங்களோடு விளையாடுகிறான். அவன் உள்ளத்தையே நமக்குத் திறந்து காட்டுகிறான். இப்படிப்பட்ட அனுபவத்தை எந்த உருவத்தின் முன்பு நாம் அடைகிறோமோ, அதுவே நல்ல சிற்ப உருவம். மற்றவை எல்லாம் வெறும் மண் பொம்மை, கல்லுருவம் அவ்வளவுதான். சிலை, சிற்பம் என்ற பெயருக்கு உரியவை அல்ல.

இந்த உணர்ச்சியை எப்படி உருவாக்குவது? வெறும் விறகுக் கட்டையைப் போல நேரே ஒரு உருவத்தை நிறுத்தினால் உணர்ச்சி வருமா? நாற்காலி மேல் கொஞ்சமும் வளையாமலும் காலையும், கையையும் ஒன்றுக்கொன்று நீட்டாமலும், அய்யனாரைப்போல் விழித்த கண் விழித்தபடியே இருக்கும் சிரமத்தோடு அமர்ந்து சிலர் தங்களைப் போட்டோ எடுத்துக் கொள்கிறார்களே… அப்படி வடிவம் சமைத்தால் உணர்ச்சி உருவாகுமா? கலைக்கு வடிவம் லளிதம். அந்த லளிதம் உருவாவது அசைவிலே என்றெல்லாம் நமக்குத் தெரியும். ஒரு பெண்ணின் கலை உருவை நாம் பார்க்கிறோம். அந்தச் சிற்ப உருவிலே உயிரைப் பெய்வதற்கு, உணர்ச்சியை ஊட்டுவதற்கு, அதன் அங்கங்களிலே குழைவை உண்டாக்குகிறான் சிற்பி. ஒரு காலை ஊன்றி மற்றொரு காலை அடியெடுத்து வைப்பது போல் அமைக்கிறான். இவ்விதம் நடமாடும் நிலையில் இருக்கும் அந்தப் பெண்ணின் பிட்டியில் ஒரு பாகத்தைக் கொஞ்சம் பெரிதாக்கி தூக்கிக் காட்டுகிறான். ஒரு கையிலே தாமரை மலர் ஒன்றை ஏந்த வைக்கிறான். மற்றொரு கையை வீசி நடக்கும் நிலையில் அதில் ஒரு லளிதத்தையே கொடுக்கிறான். எந்த அம்சத்தில் ஆடவர் உள்ளம் பதிந்து நிற்குமோ அதைக் கொஞ்சம் பெரிதாகவே அமைக்கிறான். ஏன் கடைசியில் அவள் தலையையே கொஞ்சம் சாய்த்து அவள் நோக்கில் ஒரு கவர்ச்சியை உண்டு பண்ணுகிறான். இத்தனையையும் சும்மா வம்புக்கா செய்கிறான் அவன். ஒரு பெண் எவ்விதக் கடைக்கண் நோக்கினால், எவ்விதமான முறுவலினால், எவ்விதமான அங்க வளைவினால், கூந்தலை எவ்விதம் பரப்புவதனால், ஆடையை எப்படி அணி வதனால் ஆண்களின் நெஞ்சம் துடித்து எழச் செய்கிறாள் என்பதை அறிவான் சிற்பி. அதற்காகவே சில அங்கங்களை மிகைப்படுத்துகிறான். சில நெளிவு சுழிவுகளை அழுத்தமாக எடுத்துக் காட்டுகிறான். ‘வதனம் மைதீர் கஞ்சத்தின் அளவிற்றேனும் கடலினும் பெரிய கண்கள், வீழ்காமன் தேரோடும் வீதி எனச் சந்ததமும் நற்கால்

வழங்குகின்ற நாசி, மண்டர் விற்றொடர் வந்தழகு பார்க்க வைத்த கண்ணாடி போலும் கபோ-லம், மெச்சு கலை மதியின் வெண் வீசு தத்தில் கச்சு புனைந்த கனதனம்' என்றெல்லாம் பெண்கள் அம்சங்களை மிகைப்படுத்திக் கூறுவது கவிஞர்களுக்கு மட்டும் ஏகபோக உரி-மையல்ல. சிற்பி உட்பட்ட எல்லாக் கலைஞர்களுக்குமே உரிய உரிமைதான். இன்னும் ஒரு விஷயம். ஒரு பொருள், ஒரு நிகழ்ச்சி எப்படி இருந்தது என்பதைக் காட்டுவது மட்டும் கலைஞன் தொழில் அல்ல. எப்படி இருக்க வேண்டும், எப்படி இருந்தால் காண்பவரது உள்ளத்தைக் கவரும், கேட்பவரது உள்ளத்தை உருக்கும் என்றெல்லாம் தெரிந்து அதன்-படி அமைப்பதுதான் அவனுடைய தொழில். ஒரேயொரு உதாரணத்தைப் பார்க்கலாம். ஒரு பெண், ஆம் மறுபடியும் பெண் தான். அவளே ஒரு கலைப் பொருள்தானே. தன் நெற்றி-யில் திலகம் இட்டுக் கொள்கிறாள். எப்படி இட்டுக் கொள்கிறாள்? வீட்டில் இருக்கும் ஒரு சிறு கண்ணாடியைத் தன் இடது கையில் எடுத்துக் கொள்கிறாள். வலது கையில் உள்ள நடு விரலால் குங்குமத்தையோ, வர்ணச் சாந்தையோ குழைத்து எடுத்து 'பிறை' போன்ற நெற்றியிலே நல்ல மத்திய ஸ்தானத்தைக் கைக் கண்ணாடி மூலம் பார்த்துப் பொட்டிட்டுக் கொள்கிறாள். இதைத் தினமும் நாம் பார்க்கிறோம், 'நல்ல திலகம் கிடந்த திரு நுதல்' என்-றும் பாடுகிறோம். இப்படிப் பொட்டிட்டுக் கொள்ளும் போது, வலது கை அநேகமாக முகம் முழுவதையும் மறைத்துக் கொள்கிறது. அப்படி முகத்தை மறைத்துக் கொண்டு பொட்டிட்-டால் அந்தப் பொட்டு தன் முகத்திற்கு எவ்வளவு சோபையைத் தருகிறது என்பதை அந்தப் பெண் அப்பொழுதே தெரிந்து கொள்ள முடியுமா? பொட்டிட்டு விட்டு ஒவ்வொரு தடவை-யும் தன் கையை எடுத்து எடுத்துத்தானே, அப்பொட்டால் ஏற்படும் அழகை அவள் காண வேண்டியிருக் கும்? பொட்டிடுகின்ற அந்த நேரத்திலேயே, அந்தப் பொட்டு தன் முகத்-திற்கு எத்தகைய களை ஒன்றைக் கொடுக்கிறது என்பதைத் தெரிந்து கொள்ள ஆசைப்படும் பெண் என்ன செய்வாள். இல்லை, என்ன செய்ய வேண்டும். இதைத்தான் சிந்தனை செய்-திருக்கிறான் ஒரு சிற்பி. இடது கையில் கண்ணாடியை ஏந்திக் கொண்டு வலது கையில் நடுவிரலால் சாந்தைத் தொட்டு எடுத்து, அந்தக் கையை முதுகின் புறமாகத் தலைக்கு மேல் கொண்டு வந்து, முகத்தைக் கொஞ்சமும் மறைக்காமல் நெற்றியில் பொட்டிட்டுக் கொள்ள-லாம் அல்லவா என்று தோன்றியிருக்கிறது அவனுக்கு. அப்படி அவள் பொட்டிட்டுக் கொள்-ளும் போது அவள் அங்கங்கள் எல்லாம் எப்படிக் குழையும், விரல்கள் எல்லாம் எப்படித் துவளும் என்று! கற்பனை பண்ணவும் முடிந்திருக்கிறது அவனால். அப்படிப்பட்ட கற்பனை உருவொன்றே நல்ல கருங்கல் உருவில் இன்று தென்காசி காசிவிசுவநாதர் ஆலயத்தில் காட்சி கொடுக்கிறது. இதைப் பார்த்து விட்டு இப்படி யார் சார் பொட்டிட்டுக் கொள்கி-றது. இப்படி சிலையை உருவாக்குதல் மிகை தானே, அதிகப் பிரசங்கித்தனம் தானே என்று நண்பர்கள் சொன்னால் அவர்களைப் பற்றி நாம் என்ன சொல்வது? எப்படிப் பொட்டிட்-டுக் கொண்டால் நன்றாயிருக்கும் என்னும் விஷயத்திற்கு அழுத்தம் கொடுத்து, சாதாரண வாழ்க்கைக்குக் கொஞ்சம் மிகையாகவே இச்சிலையை அமைத்திருக்கும் காரணத்தால் அந்-தச் சிலையைப் பாராட்டுகிறோம். அதை ஆக்கிய சிற்பி யைப் போற்றுகிறோம். இப்போது தெரியும் சிற்பக் கலையில் மிகை அமைப்பு ஏன் ஒரு உத்தியாகக் கையாளப்படுகிறது என்று.

இன்னும் ஒரு விஷயம். நம் நாட்டுச் சிற்பக் கலை பெரும்பாலும் சமயத் தொடர்புடை-யது. சைவம், வைணவம், பௌத்தம், சமணம் என்னும் நான்கு சமயச் சார்புடைய சிற்ப

உருவங்கள் நம் நாட்டில் காணப்படுகின்றன. பௌத்த, சமண சிற்பங்கள் எல்லாம் சார்ந்த நிலையிலே தியாகத்திலே இருக்கும் உருவங்களாகவே பெரும்பாலும் அமைக்கப்பட்டிருக்கின்றன. புத்தர், பார்ஸ்வநாதர், தீர்த்தங்கரர், கோமதேஸ்வரர் சிலைகள் எல்லாம் நாட்டின் பல பாகங்களில் காணப்படுகின்றன. சரவண பெலகோலாவில் இருக்கும் கோமதேஸ்வரர் உருவம் 60 அடி உயரம். அதற்குத் தகுந்தாற்போலுள்ள காத்திரம், தேவ அம்சம் பெற்றவர்கள் சாதாரண மனிதர்களை விட எத்தனையோ மடங்கு பெரியவர்கள் என்று சாதாரண மக்களுக்கு எடுத்துக்காட்டவேதான் உருவங்களை இத்தனை பெரிதாக ஆக்கியிருக்க வேண்டும். பாமர மக்களின் உள்ளங்களில் ஒரு அசாதாரணமான உணர்ச்சியை உண்டுபண்ண இந்த மிகை அமைப்பு அவசியமாக இருந்திருக்கிறது. இவைகளை விட்டு நமது சைவ, வைணவத் திருவுருவங்களுக்கு வந்தால் இன்னும் எவ்வளவோ அசாதாரணமான முறையில் எல்லாம் மூர்த்திகளை உருவாக்கியிருக்கிறார்கள். நான்கு தலை, ஆறு முகம், நாலு, எட்டு, பன்னிரெண்டு, பதினாறு கைகள் எல்லாம் உடைய உருவங்கள். பாம்பு, நெருப்பு, துடி, சூலம், பாசம் முதலியவைகளை ஏந்திய கைகள் எல்லாம். காட்சி கொடுக்கின்றன. இவைகளைத் தன் கற்பனை சென்றபடியெல்லாம் சிற்பி சும்மா அமைத்துவிட்டான் என்று சொல்வதற்கில்லை. ஒவ்வொரு உருவமும் ஒரு தத்துவத்தை அடிப்படையாகக் கொண்டே உருவாக்கப்பட்டிருக்கிறது. இந்த அடிப்படைத் தத்துவங்களையெல்லாம் தக்க அறிஞர்கள் மூலமும், சிலைகள் மூலமும்தான் தெரிந்துகொள்ள வேண்டும், நடன ராஜாவின் தாண்டவத் திருவுருவத்தின் தத்துவக் கருத்தை மீண்டும் பார்த்தால், அந்த அதி அற்புதமான சிலை உருவத்தில் காணும் மிகை அமைப்புகள் எவ்வளவு அவசியமானவை, பொருள் பொதிந்தவை என்பதைத் தெரிந்து கொள்ளலாம். உருவம் இல்லாத கடவுளுக்கு உருவம் கற்பிக்கும் போது, ஆகாசத்தோடு ஆகாசமாய்ப் பரந்திருக்கும் அவர் நிலை ஞாபகத்திற்கு வந்திருக்கிறது. ஆகாசத்தை உடம்பாகக் கொண்ட இறைவனுக்கு நான்கு தலைகளும், நான்கு கைகளுமாக கற்பனை செய்யப்பட்டிருக்கின்றன. எட்டுத் திசைகளையும் எட்டுக் கையாகக் காட்டும் தாண்டவ உருவங்களும் உண்டு. திசைகள் எட்டும் திருக்கைகள் என்கிறார் திருமூலர். ஒலிக்கின்ற துடியிலே தோற்றமும், அபயகரத்திலே காத்தலும், எரிகின்ற நெருப்பிலே அழித்தலும், மன் றிய அடியிலே மறைத்தலும், தூக்கிய திருவடியிலே அருளும் அமையும்படி நடராஜனது நடன வடிவம் உருவாகியிருக்கிறது. சடைமுடி, நிலாப் பிறை, சூலம், வாள் முதலிய ஒவ்வொன்றும் ஒவ்வொரு கருத்தைப் பற்றியே ஆக்கப்பட்டிருக்கின்றன. எல்லாம் உருண்டுகொண்டிருக்கும் உலகில் நிகழும் காரியங்களே என்பதை நடனராஜனது உருவத்தைச் சுற்றியமைந்திருக்கும் திருவாசி குறித்து நிற்கிறது. இப்படியேதான் ஒவ்வொரு உருவத்தில் ஒவ்வொரு பாகமும் ஒவ்வொரு தத்துவத்தை நினைக்க உதவியிருக்கின்றது. வாக்கிற்கும் மனத்திற்கும் எட்டாத பரம்பொருளை உருவாக்கும்போது அவ்வுருவத்தின் ஒரு சில பகுதிகள் மிகை அமைப்பு என்றே தோன்றலாம். என்றாலும், ஒவ்வொரு அம்சமும் ஒவ்வொரு தத்துவத்தை அழுத்தமாக எடுத்துக்காட்ட அமைந்த சின்னமாகவே இருக்கும். ஆதலால் சிற்பக் கலையின் மிகை அமைப்பு, சிற்பிகளால் கையாளப்படும் ஒரு இன்றியமையாத உத்தி. அந்த மிகை அமைப்பும், அழுத்தமும் இல்லையேல், நல்ல சிற்ப உருவங்களே நமக்குக் கிடைத்திரா.

9. சிற்பக் கலையின் உத்திகள் தேர்வு

சமீபத்தில் நானும் எனது திண்டிவனம் கலைக் கழக அன்பர்களும் மகாபலிபுரம் போயிருந்தோம். கலைக்காகவே வாழ்ந்து, கலைப் பணியையே தனது வாழ்க்கை லட்சியமாகக் கொண்டிருந்த மகாமல்லன் கனவு நனவாகிய இடம் அது. அங்கே மலைகளை வெட்டிச் செதுக்கி ரதங்களை நிர்மாணித்திருக்கிறார்கள். மலைகளையே குடைந்து மண்டபங்களை ஆக்கியிருக்கிறார்கள். பெரிய பெரிய பாறைகளில் எல்லாம் பல பல உருவங்களைச் செதுக்கியிருக்கிறார்கள். கிருஷ்ண மண்டபத்திலே கோவர்த்தன கிரியைத் தூக்கி நிற்கும் கண்ணன், அவன் காலடியிலே ஒரு கறவைப் பசு, கன்று, பால் கறக்கும் மனிதன் எல்லாம் உண்டு. பகீரதன் தவத்தைச் சித்திரிக்கும் கற்பாறையிலே யானைகள், தேவர்கள், தவசிகள் ஏன்? உருத்திராக்ஷப் பூனைகள் கூடத்தான்! ஆதிசேடனாகிய பாயலில் பள்ளி கொள்ளும் பரந்தாமன் ஒருபுறம் என்றால், மஹிஷனைப் போரில் வெற்றி காணும் மஹிஷாசுரமர்த்தினி ஒருபுறம். இவை தவிர குரங்குக் குக் குரங்கு பேன் பார்த்தல், படுத்திருக்கும் மான்கள், எழுந்திருக்கும் யானைகள் இன்னும் என்னென்ன விதமாகவெல்லாமோ கல்லுருவிலே காட்சிகள். இவைகளையெல்லாம் பார்த்தால் மகாபலிபுரம் என்னும் மாமல்லபுரத்தில் இத்தனை சிற்ப உருவங்களை நிர்மாணித்த மாமல்லன், பல்லவ அரசன் நரசிம்மன் தனது கற்பனைக்கு வரம்பு ஒன்றை ஏற்படுத்திக்கொள்ளாமலே, சிற்பிகள் நினைத்தவிதமெல்லாம் உருவங்களைச் செதுக்க அனுமதித்திருக்கிறாரோ என்றுகூடத் தோன்றலாம். உண்மை இதுதான். கலைக்குப் பொருள் பிரதானமல்ல. கலைக்கு கலை உருவமே பிரதானமென்பது தெரியும்

வண்டி அற்புதப் பொருளாம் - வண்டி
மாடும் அற்புதப் பொருளாம்
வண்டி பூட்டும் கயிறும் என்றன்
மனத்துக்கு அற்புதப் பொருளாம்
பறக்கும் குருவியோடு என் உள்ளம்
பறந்து பறந்து திரியும்
கறக்கும் பசுவைச் சுற்றி அதன்
கன்று போலத் துள்ளும்
ஈயும் எனக்குத் தோழன் ஊரும்
எறும்பும் எனக்கு நேசன்
நாயும் எனக்குத் தோழன் குள்ள
நரியும் எனக்கு நேசன்

என்று கவிமணி தேசிகவிநாயகம் பிள்ளை கவிதைக்கு உரிய பொருள்கள் என்ன என்ற கேள்விக்குப் பதில் சொல்கிறார் அல்லவா? அந்தப் பதில் 'சிற்பத்திற்கு எது விஷயம்' (Theme) என்ற கேள்விக்கும் சரியான பதில்தான்.

இதை ஞாபகத்தில் வைத்துக்கொண்டு நம் நாட்டுச் சிற்பிகள் எந்த எந்த உருவங்களைச் செதுக்கியிருக்கிறார்கள் என்று பார்க்கலாம். அவர்கள் தேர்ந்தெடுத்த சிற்ப வடிவங்களுக்கு விஷயங்களை எங்கிருந்தெல்லாம் பெற்றிருக்கிறார்கள் என்றும் தெரிந்துகொள்ளலாம். சப்தத்தின் பாஷை சங்கீதம் என்பது போல வடிவத்தின் பாஷை சிற்பம். நாகரிகமும் பண்பாடும்

மனிதனிடம் தோன்ற ஆரம்பித்த நாளிலிருந்தே அவன் எண்ணங்களில் தோன்றும் பொருட்களுக்கு அவன் வடிவம் அமைக்க முனைந்திருக்கிறான். முதல் முதலில் மண்ணைக்கொண்டே வடிவங்களை உருவாக்கியிருக்கிறான். வீடுகளில் தினசரி உபயோகப்படும் சாதாரணப் பண்டங்களிலிருந்து வாக்கிற்கும் மனத்திற்கும் எட்டாத அந்தப் பரம்பொருள் அவனது கைகளில் உருவாகியிருக்கின்றது. வீரர்களுக்கு நிலையங்கள், தெய்வங்களுக்குக் கோயில்கள், வாழ்வதற்கு வீடுகள், வெற்றிக்குச் சின்னங்கள் எல்லாம் கல்லாலும் மண்ணாலும் பொன்னாலும் சிற்பிகளால் நிர்மாணிக்கப்பட்டிருக்கின்றன. எல்லா இடங்களிலும் சிற்ப வடிவங்களும் அவைகளுக்கெல்லாம் தக்க விஷயங்களும் சிற்பிகளின் சிந்தனைகளில் உதயமாகியிருக்கின்றன.

நமது பண்பாட்டிற்குப் பக்க பலமாக இருப்பவை நமது சமய உண்மைகள். கலை, இலக்கியம், தத்துவம் என்பவை மட்டுமல்ல. நமது சமூக அரசியல் பொருளாதாரம் முதலியவைகள் கூட சமய அடிப்படையின் மீதுதான் வளர்ந்து வந்திருக்கின்றன. அதனால் இந்தியச் சிற்பத்தின் அடிப்படையும் சமயச் சார்பு உடையதாகவேதான் இருந்திருக்கிறது. சம யமோ வேதங்கள், உபநிஷதங்கள், இதிகாசங்கள், ஆகமங்கள் மூலமாக நமக்கு விளக்கப்பட்டிருக்கின்றது. வேத காலத்திலே கடவுளர்களுக்கெல்லாம் விக்கிரகங்கள் ஆக்கப்பட்டிருக்கின்றன. வேத காலத்துக்கு முந்திய சிந்துவெளி நாகரிகத்தில் கூட சுட்ட மண்ணில் உருவங்களும், கல்லால் ஆக்கிய முத்திரைகளும் இருக்கின்றன என்றும், அவைகளில் மரங்களும், விலங்குகளும் ஏன், நாகங்களும் கூடப் பொறிக்கப்பட்டிருந்தன என்றும் அறிகிறோம்.

வேத காலத்திற்குப் பின் மேல் நாட்டிலே கிரேக்கர்களது கலையும், நாகரிகமும் உச்சஸ்தானத்தில் இருக்கும்போது, இந்தியாவிலும் மகத நாட்டரசர் சந்திரகுப்த மௌரியச் சக்கரவர்த்தி, அவருடைய பேரன் அசோகர் எல்லோரும் சிற்பக் கலையை வளர்ப்பதில் சிறந்த ஆர்வம் காட்டியிருக்கிறார்கள். இன்று இந்திய சாம்ராஜ்யத்தின் சின்னமாக விளங்கும் அசோக சக்கரமும், சிம்ம முத்திரையுமே சிற்பக் கலைக்கு விஷயத்தை எப்படித் தேர்ந்தெடுத்திருக்கிறார்கள் அந்தக் காலத்து அரசர்களும், சிற்பிகளும் என்பதை விளக்குகின்றன அல்லவா?

இந்தியச் சிற்பங்களுக்கு விஷயம், முக்கியமாக தெய்வ விக்கிரகங்களாகவும் அவைகளுக்கு உரிய நிலையங்களாகவும் இருந்திருக்கின்றன. இந்துக்கள், பௌத்தர்கள், ஜைனர்கள் எல்லோரும் அவரவர் வணங்கும் மூர்த்திகளையும் அம்மூர்த்திகளுக்கு உரிய ஸ்தூபங்களையும் கல்லாலும் மண்ணாலும் கட்டியிருக்கிறார்கள். இப்படிக் கட்டிய ஸ்தூபங்களில் முதன்மையானது பௌத்தர்கள் நிர்மாணித்த பர்ஹூத் ஸ்தூபாதான். அந்த ஸ்தூபாவில் உள்ள கல் கிராதிகளில் செய்துள்ள நுணுக்க வேலைப்பாடு அதி அற்புதமானவை. புத்த பகவான் அருள் ஞானம் பெற்ற போதிமரத்தைச் சுற்றி அமைத்த அந்த சரித்திரப் பிரசித்தி பெற்ற சாஞ்சி (Sanchi) ஸ்தூபாவின் வாயில்களில்தான் எவ்வளவு அழகான சிற்பக் கிராதிகள், தோரணங்கள், வடிவங்கள்! லாவகமாகக் கிராதிகளை ஏந்தி நிற்கும் பெண்களும் உருவாகிவிடுகிறார்கள் அந்த ஸ்தூபாவின் வாயில்களிலே.

இப்படி புத்த பகவானுக்கு ஸ்தூபாக்களும், விகாரங்களும் தோன்ற ஆரம்பித்த பின் அங்கு புத்த பிரானையே கடவுளாகப் பிரதிஷ்டை செய்ய முனைந்திருக்கிறார்கள். மனிதன் கடைத்தேற முத்தியடைய சிறந்த வழிகாட்டியாயிருந்த அந்த மகாபுருஷனது வடிவத்தை

உருவாக்க சிற்பி தன்னையே ஒரு சித்த புருஷனாக ஆக்கிக்கொள்ள வேண்டியதிருக்கிறது, அவன் வடித்த உருவத்தில் தசைக்கும், மாமிசத்திற்கும் முக்கியத்துவம் இருக்கவில்லை. லக்ஷியத்தையே அல்லவா உருவாக்குகிறான் அவன் அந்த சிலை உருவத்திலே. இதைத் தெரிந்துதானே, 'சமய சாதனையால் இறைவனது தியாகத்தில் ஊறின ஒருவனே இறைவனது திருவுருவைக் காண முடியும், அப்படிப் பட்டவனாலேயே அவன் உள்ளத்தில் கண்ட, உருவின்றி நின்ற உருவை கருவின்றி நின்ற உருவை உருவாக்கவும் முடியும்' என்று சுக்கிரநீதி சாஸ்திரத்தில் சொல்லப்பட்டிருக்கிறது. ஏதோ அழகு நிறைந்த ஒரு உருவத்தை உருவாக்குவது அவர்கள் நோக்கமல்ல. தெய்வீக உருவைக் கற்பனை பண்ணுவதும், அப்படிக் கற்பனை பண்ண நீண்ட நாட்கள் இறைவன் தியானத்திலே தவம் கிடப்பதும்தான் சிற்பிகளின் காரியமாக இருந்திருக்கிறது. இப்படி சிற்பிகள் சிந்தனை செய்து சிந்தனை செய்து, தியானித்துத் தியானித்துத்தான் உலகம் யாவையும் ஆக்கி நிலைபெற நிறுத்தி அழிக்கும் இறைவனைக் கற்பனை பண்ணியிருக்கிறார்கள். கற்பனையில் உருவான கடவுளுக்குப் பலப்பல உருவங்கள் அமைத்திருக்கிறார்கள். சமயச் சார்புடன் அழகுணர்ச்சியும் அவர்களுக்குத் துணை புரிந்திருக்கிறது. உணர்ச்சிவசப்பட்டவனாய் இருந்த சிற்பி உணர்ச்சியின் வடிவங்களாகத் திருவுருவங்களை அமைத்திருக்கிறான். சமயத்துடன் உணர்ச்சியும் சேர்ந்து எத்தனை எத்தனையோ ரஸபாவங்களை உருவாக்கியிருக்கின்றன. எண்ணற்ற தெய்வ வடிவங்கள் இந்துக்களின் கோயில்களில் இடம்பெற்றிருக்கின்றன.

ஆனந்தம் ஆடரங்கு
ஆனநதம் பாடலகள்
ஆனந்தம் பல்லியம்
ஆனந்தம் வாச்சியம்
ஆனந்தமாக
அகில சராசரம்
ஆனந்தம் ஆனந்தக்
கூத்துக் கந்தானுக்கே!

என்று திருமூலர் பாடியபடி ஆனந்த வெறியிலே, உணர்ச்சியிலே உருவானதுதான் நடராஜனது சிலை விக்கிரகம். ஆம், சமயம் சாஸ்திரம் கலை எல்லாம் ஒன்றுகூடும் ஒரு நிலையமாக நடராஜ விக்கிரகம் என்றும் காட்சியளித்துக்கொண்டிருக்கிறது நம்மிடையே. தெய்வீக உருவங்களை உருவாக்க ராமாயண, பாரத இதிகாசங்கள் பெரிதும் உதவியிருக்கின்றன. இதிகாசங்களிலே வருகின்ற வீரர்கள் எல்லாம் தெய் வீக புருஷர்கள். தெய்வ அம்சம் நிறைந்தவர்கள். நாட்டின் லட்சிய புருஷர்கள். வீரர்களும் அவர்களது வீரச் செயல்களும் பிற்காலத்து மக்களுக்குத் தக்க ஆதர்சமாக இருக்கவேண்டுமல்லவா? அதற்காக இந்த இதிகாசங்களிலுள்ள பலப்பல சம்பவங்கள் பலப்பல முறையில் சித்திரிக்கப்பட்டிருக்கின்றன. பல்லவ அரசர்களின் சிற்பங்களில் எல்லாம் பகீரதன் தவம் முக்கியத்துவம் பெற்றிருக்கிறது. கண்ணனும் அவனுடைய லீலைகளும், ராமனும் அவனுடைய வெற்றிகளும், பஞ்சபாண்டவர்களும் அவர்களுடைய யாத்திரைகளும் எப்படி எப்படியெல்லாமோ உருவாகியிருக்கின்றன. எவ்வளவுதான் இதிகாசக் கதைகள் சிற்பிகளின் மனதைக் கவர்ந்தாலும் இறைவன் திருவுருவை அமைக்க இவர்கள் காட்டிய சிரத்தை இந்தச் சித்திரங்களை உருவாக்குவதில்

காட்டப்படவில்லை.

'இப்படியன், இந்நிறத்தன், இவ்வண்ணத்தன் இவன் இறைவன்' என்று எழுதிக்காட்ட ஒண்ணாத இறைவனுடைய பலப்பல மூர்த்தங்களை, அசாதாரணமான தெய்வீகத்தை எடுத்துக்காட்டத் தலைகளை அதிகமாக்கியிருக்கிறார்கள். கை கால்களை அதிகமாக்கியிருக்கிறார்கள். பம்பாயை அடுத்த எலிபெண்டா (Elephanta) குகைகளில் உள்ள திரிமூர்த்தியைத்தான் பாருங்களேன். சிருஷ்டி, ஸ்திதி, சம்காரம் எனும் மூன்று சக்திகளையும் காட்ட மூன்று முகங்கள், செய்யும் செயலுக்கேற்ற மகத்தான கம்பீரம் எல்லாவற்றையும் அல்லவா அந்தச் சிலையில் பார்க்கிறோம். இந்தச் சிலையைப் பார்த்து இதைச் செய்த சிற்பிக்கு நிர்மாண சாஸ்திர அறிவு இல்லை என்று முடிவு கட்டிவிட முடியுமா என்ன? வேண்டுமென்றே தான் இந்தத் தெய்வீக சிலை உருவங்களில் தசை உறுப்புக்கள் அதிகமாக எடுத்துக்காட்டப்படவில்லை. எல்லோரா குகையிலுள்ள பைரவர் சிலையைப் பார்த்தால் முறுக்கேறிய தசையையும் நரம்புகளையும் காட்டாமலேயே காலபைரவரின் கோரத் தாண்டவத்தை நாம் உணரும்படி செய்துவிடுகிறான் சிற்பி. கைகால்களின் அமைப்பும் முகபாவமும் அத்தகைய ஒரு உணர்ச்சியை நம் உள்ளத்தில் உண்டாக்கிவிடுகின்றன. இதுதானே கலை?

சிறந்த அறிவின் சின்னம் சாந்தமூர்த்தி புத்த பெருமானையும், ஆனந்தத் தாண்டவம் புரியும் அந்த அற்புத நடராசனையும், கோரத்துக்கு எடுத்துக்காட்டாயிருக்கும் காலபைரவனையும் உருவாக்கிய சிற்பிகளே அழகின் இருப்பிடமாகிய பெண்மையையும் உருவாக்கியிருக்கிறார்கள். தெய்வீக உருவங்களுக்கு அடுத்தபடியாக சிற்பங்களுக்கு விஷயமாய் அமைந்தவள் பெண்தான். அவளுடைய அழகு, அவளுடைய மோகன உருவம், அவளுடைய உணர்ச்சி, மென்மை, காதல், மாயை எல்லாம்தான் சிற்பிகளுக்கு விஷயதானம் அளித்திருக்கின்றன. துடியிடையும், விம்மும் மார்பகமும் கொண்ட அழகிகளது உருவங்கள் நல்ல லலிதம் உடைய வடிவங்களாக உருவாகியிருக்கின்றன. அந்த அங்க விளைவுகளிலே காணுகின்ற லலிதமும் லயமும் பார்ப்பவர் உள்ளத்தை பரவசமாக்கியிருக்கின்றன. தெய்வ மகளிர் அம்பிகைகள் எல்லாம் வடிவங்கள் பெற்றிருக்கிறார்கள். எல்லாவற்றிற்கும் மேலாக அவர்களது அங்கங்களிலே துள்ளி ஓடுகின்ற உணர்ச்சியைக் காட்டி மனிதனைத் துடிதுடிக்கச் செய்திருக்கிறார்கள். கைவழி நயனம் செல்லும்படியும் கண்வழி மனம் செல்லும்படியும் அவர்களது கைக ளில் பதித்திருக்கும் முத்திரைகள் அச்சிற்ப உருவங்களுக்கே ஒரு தனிச்சிறப்பைக் கொடுக்கின்றன. இலக்கியமும், இசையும், நடனமும் நாட்டியமும் இத்தகைய சிற்ப உருவங்களால்தான் நிலைபெற்றிருக்கின்றன.

மண்ணையும், விண்ணையும், மக்களையும், மாக்களையும், அறிஞனையும், தெய்வத்தையும், மனிதனையும், பெண்ணையும் விஷயங்களாக அமைத்தே இந்தச் சிற்பி தன்னுடைய அதி அற்புதமான சிற்ப உருவங்களை நிர்மாணித்திருக்கிறான். அப்படி அவன் உருவாக்குவதற்கு இலக்கியங்களும், இதிகாசங்களும், சரித்திரங்களும் ஆகமங்களும் துணை புரிந்திருக்கின்றன. கலை உணர்ச்சி நிறைந்த கண் படைத்த சிற்பிகளின் உள்ளத்தில் உருவான சிற்பங்களே இன்று நம் நாட்டில் எங்கு பார்த்தாலும் காட்சி அளிக்கின்றன. இந்தச் சிற்பிகள் கல்லால் இழைத்த காவியங்களே நமது கோயில்கள், அங்குள்ள மூர்த்திகள். அந்த மூர்த்திகளின் முன் நாம் தலை வணங்குகிறோம். அதன் மூலமாக அந்தத் தெய்வீகச் சிற்பிகளுக்குமே நாம் வணக்கம் செலுத்துகிறோம்!

2

10. கலையும் கலை மெருகும் சிற்பத்தில் - காவியத்தில்

எங்கள் ஊரில் ஒரு முருகன் கோயில். அங்கு சோமவாரம் தோறும் சந்தனக் காப்பு. மாலை ஐந்து மணி முதல் ஏழு மணி வரை திரையிட்டு அலங்காரம் நடந்துகொண்டிருக்கும். திரை விலகியதும், தமிழ்க் கடவுள் முருகனைக் காண எண்ணற்ற பக்தர்கள் சந்நிதியில் காத்துக் கிடப்பார்கள். ஏன் இத்தனை கூட்டம் இந்தக் கோயிலில் என்று எண்ணுவேன் நான். எனக்கோ மூர்த்தி ஆடை அணிகள் இல்லாமல், அலங்கார ஆடம்பரம் இல்லாமல் இருக்கும்போதுதான் அழகாய் இருப்பதாகத் தோன்றும். இந்தச் சந்தனக்காப்பு என்பதெல்லாம் பக்தர்கள் அன்பு மேலீட்டால் செய்வதே ஒழிய மூர்த்தியை அலங்கரிப்பதாகாது என்று எண்ணுபவன் நான். இன்னும் சொல்லப்போனால் இவர்கள் அலங்கோலமே செய்வதாகக்கூடச் சொல்வேன். இப்படி எண்ணிக்கொண்டே ஒரு சோமவாரத்தன்று இரவில் கோயிலுக்குள் நுழைந்தேன். சந்தனக் கோட்டிங்குக்குள் புதைந்து இருந்தாலும் முருகன் புன்னகை பூத்து அருணதளபாத பத்மம் அனுதினமுமே துதிக்க, அறிய தமிழ் தானளித்த மயில் வீரனாக நிற்கிறான். கண்களில் கருணை நிறைந்திருந்தது. எனக்கோ, இத்தனை அழகையும் சந்தனக் காப்பிட்ட பின்னும் எப்படிக் காட்ட முடிந்தது என்று அதிசயமாயிருந்தது. அதற்காக அடுத்த வாரம் திரை விலக்கப்படுவதற்கு முன்னாலேயே கோயிலுக்குச் சென்றேன். அர்ச்சகர் அனுமதி பெற்று, சந்தனக் காப்பிடும்போது நானும் கூடவே இருந்தேன். அளவாகச் சந்தனத்தை எடுத்து மிக்க கவனத்தோடு காப்பிட்டார் அர்ச்சகர். முகம் முழுவதையும் சந்தனக் குழம்பால் மறைத்துவிட்டார். பின்னர் தன் சிறு விரலால் கண்களில் இருந்த சந்தனத்தை அகற்றினார். சிற்பி செதுக்கிய கண்கள், அற்புதமாக அமைந்த கருணாரஸத்தை வெளிப்படுத்தின. அதன் பின்னர் மூர்த்தியின் உதட்டிலிருந்த சந்தனக் குழம்பை லாவகமாக அகற்றினார். கொஞ்சம் குங்குமத்தை எடுத்து அளவுக்கு மேற்படாமல் அங்கு தடவினார். கடைசியாக கொஞ்சம் குங்குமத்தை விரல் நுனியில் எடுத்து இதழ் கடைகளில் வைத்து அந்த இதழ்க் கடைகளை மேல் நோக்கி கொஞ்சம் தூக்கினார். இதுவரை 'உம்' என்று நின்றுகொண்டிருந்த முருகன் புன்னகை பூக்க ஆரம்பித்துவிட்டான். எத்தனை சாந்தி அந்தத் திரு உருவைப் பார்ப்பவர்களுக்கு!

விஷயம் விளங்கிற்று எனக்கு. அலங்காரக் கலையை அடியோடு வெறுக்கும் நானும், சரிதான் இந்த அர்ச்சகர் கலை மெருகை உணர்ந்தவர் என்று கண்டேன். சித்திரக் கலா-சாலை மாணவர்களுக்கு ஆசிரியர் கற்பிக்கும்போது அவர்கள் எழுதிய உருவத் தில் புன்-னகையை வருவிக்க இதழ்க் கடையைக் கொஞ்சம் தூக்கு என்பார்கள். இந்தப் பாடத்தை இந்த அர்ச்சகர் சித்திரக் கலாசாலையில் மழைக்குக் கூட ஒதுங்காமல் எங்கோ கற்றிருக்கி-றார். சிற்பி செய்த சிலை அற்புதமாக இருக்கலாம்; ஆனால், அதை ஆடை அணிகளால் அலங்கரிப்பதால் அதன் அழகையே மறைக்கலாம். அதிலும் கலை மெருகு தெரிந்தவன் அங்கும் தன் கைத்திறனைக் காட்டி அந்த அலங்காரத்தையும் அழகுடையதாகச் செய்ய-லாம். இப்படி அழகுக்கு அழகு செய்யும் திறனைத்தான். கலை மெருகு என்கிறோம் நாம். அழகான கலைக்கு அற்புதமான மெருகு ஏற்றுவது கலைஞன் கையில் இருக்கிறது. அதை அவன் கையாளும் திறமையில் இருக்கிறது இந்தக் கலை. அழகான கலைக்கு அற்புதமான மெருகு ஏற்றும் திறமையை தமிழ்நாட்டுச் சிற்பிகளும், சித்ரீகர்களும் நிரம்பப் பெற்றிருந்தார்-கள். அப்படி அவர்கள் கலை மெருகு ஏற்றிய காரணத்தாலேதான் சில சிலைகள் நிரம்பப் பெருமை வாய்ந்தவையாகவும், அழகு நிறைந்தவையாகவும் இன்றும் இருக்கின்றன.

“தமிழ்நாட்டுச் சிற்பக் கலையின் சிகரம் நடராஜ மூர்த்தம். சமயம், சரித்திரம், கலை எல்லாம் சேர்ந்த கலவை அது” என்று அருங்கலை மேதை ஆனந்தக் குமாரசுவாமி அறு-தியிட்டுச் சொல்லிவிட்டார். நடராஜர் உருவம் இல்லாத சிவன் கோயில்கள் தமிழ்நாட்டில் இல்லை. சின்னக் கோயிலானாலும் அங்கொரு சின்ன நடராஜர் இல்லாமல் இரார். ஆனால் பல நடராஜ உருவங்கள் சாஸ்திர முறைப்படியும் கலை அழகோடும் இருப்பதில்லை. சில கோயில்களிலே உள்ளவைதான் கலை மெருகோடு கூடியவை. நான் பார்த்த நடராஜர் திரு-வுருவங்களிலே சிறந்தது, பெரியது, தஞ்சை ஜில்லாவில் கோனேரி ராஜபுரத்தில் உள்ளது-தான். திருவாசியுடன் சேர்த்து எட்டடி உயரத்தில் இருப்பதோடு மட்டும் அல்லாமல், நிரம்-பவும் சாஸ்திரோக்தமாகவும் இருக்கிறது. தூக்கிய திருவடியும் கஜஹஸ்தமும் கொஞ்சமும் வளைவு நெளிவுகள் இல்லாமல் அழகாய் அமைந்திருக்கின்றன. சாந்தம் நிறைந்த முகம், புன்னகை தவழும் இதழ்கள் எல்லாம் மூர்த்தியை மிக்க வசீகரமுடையதாக ஆக்குகின்றன. இந்த மூர்த்தியை உருவாக்கிய சிற்பி கலை மெருகு தெரிந்தவனாயிருந்திருக்கிறான். சாதா-ரணமாக நாம் நம் காலையோ கையையோ தடவிப் பார்க்கலாம். அப்படித் தடவும்போது மேலிருந்து கீழே தடவினால் மென்மையாக வழவழ என்றிருக்கும். கீழிருந்து மேல் நோக்-கித் தடவினால் சொரசொர என்றிருக்கும். ரோமக் கணைகள் இருப்பதுதான் இதற்குக் காரணம். இந்த நுணுக்கத்தை அறிந்திருக்கும் சிற்பி, செப்பு விக்கிரகங்களை வார்க்கிற-போது ரோமக் கணைகளை எப்படி உருவாக்குகிறது? இதை நேரில் தொட்டுத் தடவி அறிய அர்ச்சகர் அனுமதிக்கமாட்டார். நாம் எத்தனைதான் அவரை விட பக்தி உடையவர்களாக, தூயவர்களாக இருந்தாலும்கூட அவருக்கு டிமிக்கி கொடுத்து, அசந்திருக்கும்போது தடவிப் பார்த்துவிட வேண்டும். அப்படிப் பார்த்தவன் நான். அதற்கு இயலாவிட்டால் அர்ச்சகரைக் கொண்டே தூக்கிய திருவடியின் பேரில் ஒரு மெல்லிய துணியை மேலிருந்து கீழும், கீழி-ருந்து மேலுமாக ஓடவிட்டு உண்மை தெரிந்துகொள்ளலாம். மேலிருந்து கீழே வரும்போது துணி மெதுவாக வழி யும். கீழிருந்து மேலே போகும்போது சொரசொர என்று ஏறுவதையும் காணலாம். கேட்கலாம். இது ஒரு நல்ல கலை மெருகுதானே?

இதைவிட அற்புதமான கலை மெருகுடைய இன்னொரு நடராஜத் திருவுருவமும் உண்டு. அது இருப்பது தஞ்சைப் பெரிய கோயிலில். இந்தச் சிலையை, இந்த ஆடவல்லானை அமைத்த சிற்பி கோனேரி ராஜபுரத்து நடராஜர் திருவுருவை அமைத்த சிற்பியைவிடக் கலை உணர்ச்சி நிரம்ப வாய்ந்தவன். தமிழ்நாட்டில் உள்ள எல்லா நடராஜர் உருவங்களிலும் முகம் கோணாமல், திரும்பாமல் நேரே பார்ப்பதாகத்தான் இருக்கும். நடராஜரது ஆனந்தத் தாண்டவம் இடது கையையும், இடது காலையும் வலப்புறமாக வீசி ஆடும் ஆட்டம் என்பது எல்லாருக்கும் தெரியும். அந்த ஆட்டத்தில் அமையும் சுழற்சிதான், அண்டங்களில் உள்ள சுழற்சி என்பதையும் அறிவோம். அணுவுக்குள் அணுவாக நின்று அண்டங்களை ஆட்டும் அண்ணல், சுழன்று சுழன்று ஆடுவதினாலேதான் அண்டங்கள் ஆடுகின்றன என்பதையும் கூடத் தெரிந்திருக்கிறோம். ஆம்; எல்லாச் சுழற்சியும் வலப்புறமாக அமைந்த சுழற்சிதான். இந்தச் சுழற்சிக்கு இன்னும் அதிக வேகம் கொடுக்க என்ன செய்ய வேண்டும் என்று சிந்தித்திருக்கிறான் சிற்பி. எல்லா அவயங்களும் வலப்புறமாகச் சுழலும்போது முகம் மட்டும் கொஞ்சம் இடப்புறம் திரும்பிவிட்டால் சுழற்சியின் வேகம் அதிகப்பட்டுவிடுமல்லவா? இதை உணர்ந்து இந்த நடராஜன் திருமுகத்தை மட்டும் கொஞ்சம் இடப்பக்கமாகத் திருப்பியிருக்கிறான் சிற்பி. உடனாடும் அம்மை சிவகாமியின் பக்கம் முகம் திரும்பி கடைக்கண்ணால் அருள்புரிகிறார் என்றெல்லாம் விளக்கம் கூறுவர் அறிஞர். ஆனால், இப்படித் திருப்பிய சிற்பியின் திறன், அவன் கலை மெருகு கைவரப் பெற்றவன் என்பதைக் காட்டுகிறது. கலை மெருகு என்றால் கற்பனைத் திறனோடு கைத்திறனும் சேர்ந்ததுதானே.

சிற்பக் கலை மெருகுக்கு உதாரணமாக இன்னும் ஒரு சிலையைப் பார்க்கலாம். மேலே சொன்ன ஆடவல்லான் கோயில் கொண்டிருக்கும் அதே தஞ்சையிலே சமீபத்தில் ஒரு கலைக்கூடம் நிறுவியிருக்கிறார்கள். நூற்றுக்கு மேற்பட்ட சிலைகளை, ஆம் கல்லிலும், செம்பிலும் அமைந்தவைகளைத்தான் பல இடங்களில் இருந்து கொண்டுவந்து சேர்த்து வைத்திருக்கிறார்கள். அதில் ஒன்று சிவபார்வதியின் சிலை. சந்திரசேகரர் என்று கூறுவர் சிற்ப நூல் வல்லார்; திருவையாற்றில் ஐயாறப்பன் கோயிலில் உள்ள குளத்தில் மூழ்கி கைலாசக் காட்சியைக் கண்டவர் அப்பர் பெருமான். அவர் கண்ட காட்சியைச் சொல்கிறார்:

காதல் மடப்பிடியோடும்
களிறு வருவன கண்டேன்
கண்டேன் அவர் திருப்பாதம்
கண்டறியாதன கண்டேன்

என்று ஏதோ களிறும், பிடியும், குயிலும் பெடையும் சேர்ந்து வரும் தோற்றம் எல்லாம் சிவனும் சக்தியுமாக தோன்றுகிறது அவருக்கு. சேர்ந்து வருவது என்றால் ஒருவரை விட்டு ஒருவர் விலகி, அகல நடந்து அமுத்தலாகவா வருகிறார்கள். களித்துக் கலந்ததோர் காதல் கனிவுடன் வருகிறார்கள். ஒருவரோடு ஒருவர் பின்னிக்கொண்டு வருகிறார்கள். இப்படி உருவாகியிருக்கிறது சிலை, அப்பர் பாட்டிற்கு விளக்கம் கொடுப்பதுபோல. இந்த சிற்பம் உருவான கதை தெரியுமா? உருவாக்கிய சிற்பியே சொன்னான்: எல்லாம் மானசீக உலகில்தான்.

"முதலில் நான் சிவன் பார்வதி இருவரையும் சேர்த்து உருவாக்க எண்ணவில்லை. சந்திரசேகரனை மட்டும்தான் உருவாக்க எண்ணினேன். கல்லில் உருவை வரைந்து வலப்பக்கத்தைச் செதுக்கி வேண்டாத பாகத்தையெல்லாம் வெட்டி எடுக்கும்போதுதான், இடப்பக்-

கத்திலும் வெட்டிச் செதுக்கி எடுக்கவேண்டிய பாகம் அதிகம் என்று கண்டேன். அப்போது உதயமாயிற்று ஒரு கற்பனை. ஏன் இந்த இடப்பக்கத்தில் இருக்கும் சிறு இடத்தில் ஒரு உமையைச் செதுக்கிச் சேர்த்துவிடக் கூடாது என்று. பின்னர் என் சிற்றுளி வேலை செய்தது. இருக்கும் இடத்தினுள்ளேயே அந்தப் பார்வதியும் சமாளித்துக்கொள்கிறாள். ஆம், இட நெருக்கடி காரணமாக சிவபிரானைத் தழுவி நிற்கும் ஒரு கொடியாகவே உமை அமைந்துவிடுகிறாள்'' என்று சொன்னான் சிற்பி! நான் சொன்னேன் சிற்பியிடம், ''ஆம்; இந்தக் கொடியையும், இந்தக் கொடியை அணைத்துக்கொள்ளும் கொம்பையும் கண்டால்,

மஞ்சிடை வயங்கித் தோன்றும்
பவளத்தின் வல்லி அன்ன
குஞ்சரம் அனைய வீரன்
குலவுத் தோள் தழுவிக் கொண்டாள்

என்று கம்பனது வர்ணனை ஞாபகத்திற்கு வருகிறது'' என்று. ''ஆம், வரும் ஐயா வரும் உமக்கு'' என்று சொல்லிக் கொண்டே மறைந்துவிட்டான் சிற்பி, என் கற்பனை உலகிலிருந்து. இந்தச் சிற்பியும் கலை மெருகை நன்குணர்ந்தவனே. இன்னும் இதுபோல் எத்தனையோ உதாரணங்கள் சிற்ப உலகில் காணும் கலை மெருகுக்குக் கொடுக்கலாம்.

இனி, சித்திர உலகிற்கு வரலாம். சிற்பக் கலையில் தமிழன் அடைந்திருக்கும் உன்னத ஸ்தானத்தை அவன் அன்றும் சரி, இன்றும் சரி, சித்திரக் கலையில் பெறவில்லை. சித்தன்ன வாசல், தஞ்சைப் பெரிய கோயில், பனைமலை முதலிய இடங்களில் எல்லாம் நல்ல சித்திரங்கள் ஆயிரம் வருஷங்களுக்கு முன்னமேயே எழுதப்பட்டு இன்னும் அழியா வண்ணத்துடன் இருக்கிறது என்பது பெருமைப்படுவதற்கு உரியதுதான். அத்தோடு சேரநாட்டில் பத்மநாபபுரம் அரண்மனையிலும், திருச்சூர் வடுகநாதன் கோயில், திருவஞ்சைக்களம் நடராஜர் சந்நிதியிலும் உள்ள சுவர் சித்திரங்கள் எல்லாம் தமிழ்நாட்டின் சித்திரக் கலைக்கு பெருமை தேடிக் கொடுப்பவைதான் என்றாலும், அஜந்தா வண்ண ஓவியங்களோடு போட்டி போடும் தன்மை வாய்ந்தவை அல்ல என்று சொல்வதற்கு நாம் வெட்கப்பட வேண்டியதில்லை. ஆதலால் சித்திரக்கலை சம்பந்தப்படுவது மட்டில் நாம் பழமையை மறந்து புதுமைக்கு வரலாம். இந்திய நாட்டுச் சித்திரக் கலை வெறும் வண்ணத்தையும் சுண்ணத்தையும் மட்டும் கொண்டு ஆக்கப்பட்டவை அன்று. அவற்றிற்கு அப்பால் சிறந்த எண்ணத்தையும் கொண்டு உருவாக்கப்பட்ட ஒன்றாகும். சித்திரக் கலை உலகில் ரவிவர்மாவின் பெயர் பிரபலமானதுதான் என்றாலும் அவருடைய சிருஷ்டிகளில் இந்தியப் பண்பாடு அதிகம் இல்லை. உபயோகித்துள்ள வர்ணம் கண்கவர் வனப்புடையதாக இருக்கும். படத்தில் இருக்கும் ஆண்களும், பெண்களும் உருண்டு திரண்ட மேனியுடையவர்களாக இருப்பார்கள். காட்சி ஜோடனைகள் பிரமாதமாக இருக்கும். என்றாலும் அவைகளில் ஒரு ஜீவகளை, உயிர்த்துடிப்பு இருக்காது. காரணம் முழுக்க முழுக்க அவர் மேல் நாட்டுப் பாணியிலேயே பயின்று மேல் நாட்டார் கண்ட வர்ண விஸ்தாரணத்திலேயே முழுகிவிட்டதனால்தான். ஆனால், அதே சமயத்தில் வங்காளத்தில் தோன்றிய அவனிந்திரநாத் தாகூர், நந்தலால் போஸ், பம்பாயைச் சேர்ந்த மஜூம்தார் முதலியவர்கள் எல்லாம் சிறந்த சித்திரங்களை இந்திய பண்பாட்டிற்குக் கொஞ்சமும் முரண்படாது உருவாக்கி, சித்திர உலகில் ஒரு நிரந்தர ஸ்தானமே பெற்றுவிட்டார்கள். இந்தத் துறையில் சாந்தி நிகேதனத்து கலாபவனத்தின் சேவை சிறந்தது. இந்தக் கலாப-

வனத்தில் உருவான ஒரு சித்ரீகரின் கலை மெருகு ஒன்றை மட்டும் சொல்லி என் பேச்சை முடித்துவிடுகிறேன்.

மைசூரிலே வெங்கடப்பா என்ற ஒரு கவிஞர். அவர் மைசூரின் முன்னைய மகாராஜாவால் கௌரவிக்கப்பட்டவர். கலாபவனத்து அவனிந்திரரின் அபிமான சிஷ்யர். சித்திரக் கலையில் சிறந்த தேர்ச்சி அடைந்ததோடு அந்தக் கலையின் நுணுக்கங்களையும் நன்றாகத் தெரிந்தவர். அவருடைய மாயமான் படம் மிகவும் பிரசித்தி வாய்ந்தது. அவரும் அவருடன் சேர்ந்த இரண்டு பிரபல சித்ரீகர்களும் டார்ஜீலிங் கில் தங்கியிருந்தார்கள். பல வருஷங்களுக்கு முன்னால் பனி படிந்த அந்த இமய மலையின் தோற்றங்களை சித்திரங்களாகத் தீட்டிக்கொண்டிருந்தார்கள். எழுதினார்கள் படங்களை. ஆனால், அந்தச் சிவப்புக் கலந்த நீல நிறத்தை தங்கள் படங்களில் கொண்டுவரவே முடியவில்லை. எழுதி எழுதிச் சோர்ந்துபோய்விட்டார்கள் எல்லோரும். மூவரும் படுக்கைக்குச் சென்றுவிட்டார்கள். விடிந்து எழுந்து பார்த்தால் வேங்கடப்பாவின் மூளை வேலை செய்திருக்கிறது. இரவுக்கிரவாகவே அவர் தன் படத்தை அந்த வர்ணத் தண்ணீரிலேயே தோய்த்து எடுத்திருக்கிறார். அவ்வளவுதான். தூரிகையால் சாதிக்க முடியாத ஒன்றை தோய்த்து எடுத்து சாதித்துவிட்டார் என்று தெரிந்தது. இது கலை மெருகோடு கூடிய கைத்திறன்தானே.

கலையும் கலை மெருகும் ஒன்றுக்கொன்று மாறுபட்டதோ என்று தோன்றும், என்றாலும் கலைக்குக் கற்பனை வேண்டும். கலை மெருகுக்கு கைத்திறன் வேண்டும். இரண்டும் ஒன்றுக்கொன்று உறுதுணையாக நின்றால்தான் கலா சிருஷ்டி தோன்றும். அப்படிப்பட்ட சிருஷ்டிகள் சிற்பக் கலையில் எண்ணிறந்தவை உண்டு. சித்திரக் கலையில் இப்போது அவ்வளவு அதிகம் இந்த மெருகு இல்லாவிட்டாலும் நாளடைவில் சித்திரக் கலை வளர வளர புதுப்புது மெருகுகளும் ஏற்படத்தானே செய்யும்?

11. கலைச் சின்னங்கள் - செப்பு விக்ரகங்கள்

“நாட்டில் தர்மம் அருகி, அதர்மம் பெருகுகிறபோது தர்ம சம்ரக்ஷணார்த்தம் நான் அவதாரம் செய்கிறேன்” என்றார் பகவான் கீதையில். அதைப் போலவே நாட்டில் கலையின் - கலை உருவங்களின் உண்மைப் பொருளை அறியாது, அறிய மறுத்துத் தூற்றுவார் தொகை பெருகுகிறபோது, மண்ணுக்குள் மண்ணாய் மறைந்து கிடக்கும் பழைய கலைச் சின்னங்கள் பல இன்று வர ஆரம்பித்திருக்கின்றன.

பொன்னியென்னும் தெய்வத் திருநதி பாய்ந்து பெருகும் அந்தச் சோழவள நாட்டிலே அன்று கலை வளர்த்தார்கள் சோழ மன்னர்கள். ‘எண் தோள் ஈசற்கு எழில் மாடம் எழுபது’ கட்டினான், சோழன் கோச்செங்கணான். அவனைப் பின்பற்றி அவன் கால்வழியில் வந்த மற்ற சோழ மன்னர்களும் அற்புதம் அற்புதமான கலைக் கோயில்களை முழுக்க முழுக்கக் கல்லாலேயே கட்டினார்கள் பழையாறை முதலிய பழைய ஊர்களில். பொன்னியின் செல்வன் - ராஜராஜன் கட்டிய தஞ்சைப் பெருவுடையார் கோயில் தமிழ் நாட்டில் நீண்டு நிமிர்ந்த பெருங்கோயிலாக இன்றும் நின்று நிலவுகிறது. அவன் மகன் ராஜேந்திரன், கங்கையையும் கடாரத்தையும் வென்று புலிக்கொடி நாட்டியதோடு அமையாது கங்கை கொண்ட சோழீச்சுவரம் என்ற கோயிலை உருவாக்கியிருக்கிறான். எண்ணரிய எழிலாலும் அளவாலும் தந்தை

கட்டிய கோயிலை விடப் பெரிய கோயிலை கட்ட முனைந்திருக்கிறான் இந்தத் தனயன். இவன்தன் மகன் ராஜராஜன் கட்டிய கோயில்தான் தாராசுரத்து ஐராவதேஸ்வரர் கோயில். இன்றும் இதுபோன்று எத்தனை எத்தனையோ கோயில்கள் சோழநாடு முழுவதும் நிறைந்து அந்தக் கலை வளர்த்த காவலர்களின் பக்திக்கும், கலை அறிவுக்கும் சான்று பகர்கின்றன.

இந்தக் கோயில்களில்தான் எத்தனை எத்தனை மூர்த்திகள் - கல்லிலும், செம்பிலும் நர்த்தன விநாயகரும், நடனராஜரும், அர்த்தநாரியும், பிக்ஷாடனரும், கஜம்சம்ஹாரரும், திரி-புராந்தகரும், வீணாதரரும், கங்காதரரும், விஷ்ணுவும், துர்க்கையும் இன்னும் எண்ணற்ற மூர்த்திகளும் அன்று இந்தக் கோயில்களில் நிறைந்திருந்தார்கள். காலகதியில் இவைகளில் பல கவனிப்பாரற்று தத்தம் நிலை இழந்திருக்கின்றன. அயலாருடைய ஆவேச மதவெறிக்கு உட்பட்டு மூக்கிழந்தனவும், முடி இழந்தனவும் சில. என்றாலும் இந்தச் சிலை உருவங்களின் அருமையை உணர்ந்த அன்பர் சிலர், அன்றே இவைகளை இந்தக் கலை உணர்வில்லாத மாக்கள் கையில் அகப்படாதவாறு காப்பாற்ற முனைந்திருக்கிறார்கள். இப்படித்தான் பல அற்புதமான செப்பு விக்ரகங்கள் கோயில்களில் உள்ள நிலவறைகளிலும், கோயிலுக்கு வெளியே உள்ள வயல்களிலும் புதைத்து வைக்கப்பட்டு காப்பாற்றப்பட்டிருக்கின்றன. புதை பொருள்கள் இருந்த இடத்தைப் பின்னர் தெரிந்துகொள்ள அந்த இடங்களில் குறிப்பாக மரங்களை நட்டிருக்கின்றனர். கல்லில் அடையாளம் பொறித்திருக்கின்றனர்.

இப்படித்தான் கற்சிலைகள் பல தத்தம் நிலை இழந்து வயல்வெளிகளிலும், வாய்க்கால் கரைகளிலும் கவனிப்பாரற்றுக் கிடந்தன. இந்தத் தஞ்சை ஜில்லாவில், அந்தக் கலைச் செல்வம் எல்லாம் அழிந்துபோகாதவாறு அவைகளையெல்லாம் மிக்க சிரமத்துடன் சேக-ரித்து, அவற்றைத் தஞ்சையிலுள்ள அரண்மனைக் கட்டிடங்களுக்குக் கொண்டுவந்து, அங்கு ஒரு அற்புதமான கலைக்கூடம் நிறுவினார் கலை ஆர்வம் உடைய அரசாங்க உயர் அதி-காரி ஒருவர். நம்மைச் சேர்ந்த கற்சிலைகளுக்கே யோகம் பிறந்துவிட்டதே, இனி நாமும் சும்மா இருத்தல் கூடாது என்று மண்ணில் மறைந்து கிடந்த செப்பு விக்ரகங்களும் வெளிக்-கிளம்ப ஆரம்பித்துவிட்டன இந்தச் சமயத்தில்.

சில வருஷங்களுக்கு முன்பு திருத்துறைப்பூண்டியை அடுத்த தில்லைவிளாகத்தில் கிடைத்த கோதண்ட ராமரும், நாதாந்த நடனரும், இன்று தமிழ்நாட்டில் பிரசித்தமானவர்கள். இதை அடுத்த பட்டிச்சுவரத்தில் தேனுபுரீஸ்வரர் ஆலயத்தில் கிடைத்தவைகளும் கண்டு மகிழத்தக்கவையே. இந்த முறையிலேதான் சென்ற இரண்டு வருஷ காலத்தில் தஞ்சையை அடுத்த புதுக்குடியிலும், கும்பகோணத்தை அடுத்த சிவபுரத்திலும், மாயூரத்தை அடுத்த திருவாலங்காட்டிலும், பட்டுக்கோட்டையிலும், கந்தர்வக் கோட்டையை அடுத்த காயாவூரி-லும், சீர்காழியை அடுத்த திருவெண்காட்டிலும் அற்புதமான சிலைகள் மண்ணுக்குளிருந்து வெளிவந்திருக்கின்றன. புயலால் அடிபட்டு விழுந்த மரத்தை வெட்டி எடுத்தபோது வெளிப்-பட்டவை சில. வயலை வெட்டி நிலத்தைத் திருத்தியபோது வெளிவந்தவை சில. இடிந்து விழுந்த நிலவறைகளைச் செப்பம் செய்தபோது கண்டுபிடிக்கப்பட்டவை பல. இவைகளில் எல்லாம் சிறந்தவை திருவெண்காட்டிலிருந்து கிடைத்துள்ள எட்டு விக்ரகங்கள்தான். அவை-களின் கலை அழகில் ஒரு கோடி காட்டுவதே இன்று என்னுடைய முயற்சி.

1952ஆம் வருஷம் ஜூலை மாதத்தில் ஒருநாள் கிராமக் காவலர்கள் இருவர் காலை வேளையில் திருவெண்காட்டைச் சேர்ந்த சன்னதித் தோட்டத்தின் வயல் வெளிகளில் சுற்றிக்

கொண்டிருந்தனர். அப்போது விநாயகரின் வாகனமான மூஷிகம் ஒன்று ஒரு பொந்தில் நுழைந்தது. மூஷிகத்தைப் பிடிக்கும் ஆத்திரத்தில் அது நுழைந்த பொந்தையே வெட்டினர் கையிலிருந்த மண்வெட்டியால். காவல்காரர் வெட்ட வெட்ட கணீர் கணீர் என்ற ஓசை கேட்க ஆரம்பித்தது. தொடர்ந்து வெட்டியபோது ஒரு சிறு அம்பிகையின் இடது கை, இன்னும் தொடர்ந்து பாருங்கள் என்று சொல்லும் தோரணையில் லாவகமாக நீட்டப்பட்டிருந்தது. காவல்காரர்கள் அம்பிகை காட்டிய வழியே தொடர்ந்து வெட்டினார்கள். வெட்ட வெட்ட பெரிய பெரிய விக்ரகங்கள் வெளிவர ஆரம்பித்தன. விஷயம் பரவிற்று ஊர் முழுவதும். கிராம அதிகாரிகள் வந்த னர், வெட்டியான் தலையாரிகளுடன். வெண்காடர் கோயில் நிர்வாகிகள் வந்தார்கள் கொட்டு முழக்கத்துடன். விக்ரகங்கள் எல்லாம் முதலில் கோயிலுக்கு எடுத்துவரப்பட்டு அதன்பின் சீர்காழி கஜானாவை நோக்கி நடந்தன. பின்னர் அவை தஞ்சை ஜில்லாவின் ஹுசூர் கஜானாவில் பத்திரமாகப் பாதுகாப்பில் அடைந்திருக்கின்றன.

திருவெண்காடு சீர்காழிக்குத் தென் கிழக்கில் ஏழு எட்டு மைல் தூரத்தில் உள்ள சிறிய ஊர். அது பட்டினத்தடிகளின் பிறந்த ஊர் என்பது பிரசித்தம். சரித்திரப் பிரசித்தியும், இலக்கியப் பிரசித்தியும் பெற்ற காவிரிப்பூம்பட்டினமும் இந்த ஊரை அடுத்ததுதான். அங்குள்ள ஆலயத்தில் கோயில் கொண்டிருக்கும் வெண்காடர் - அப்பர், சம்பந்தர், சுந்தரர் மூவராலும் பாடப்பெற்றவர். வெண்காடரைவிடப் பெருமை உடையவர் அங்குள்ள அகோரசிவம். இதற்கும் மேல் பிரசித்தி உடையது கோயிலுக்குள் இருக்கும் சோம, சூர்ய, அக்னி தீர்த்தங்கள்.

வெண்காட்டு முக்குள நீர் தோய் வினையார்
அவர் தம்மைத் தோயாவாம் தீவினையே

என்றல்லவா பாடியிருக்கிறார் சம்பந்தர்.

இப்படிப்பட்ட ஒரு பாடல் பெற்ற க்ஷேத்திரத்திலிருந்துதான் இந்தச் செப்பு விக்கிரகங்கள் கிடைத்திருக்கின்றன. இவைகளில் மிகவும் முக்கியமானவை, நல்ல கலாரசனையுடன் உருவானவை என்று நான் கருதுவது கல்யாணசுந்தரர் திருக்கோலம்தான். சிவபெருமானும், பார்வதியும் அவர்களைத் தாங்கி நிற்கின்ற பீடமும் ஒரே வார்ப்பால் உருவானவை. பார்வதியைக் கன்னிகாதானம் செய்து கொடுக்க வந்திருக்கும் அவர் தன் சகோதரர் விஷ்ணு அடக்கமாகவே கொஞ்சம் விலகி நின்றாலும், அவருடைய தர்மபத்தினி சீதேவி, நாணிக் கோணும் பார்வதிக்குத் தகுந்த தோழிப் பெண்ணாக அமைகிறாள். மிக்க ஆதுரத்துடன் இடக்கையால் அவளை அணைக்கும் பாவனையில் அவள் நிற்கிறாள். இது என்னுடைய கற்பனையல்ல. இரண்டு பீடங்களும் ஒன்றை ஒன்று பின்னிப் பிணைக்கும் அளவில் அமைத்திருக்கிறான் சிற்பி. அந்த அமைப்பைப் பூர்த்தி செய்து பார்த்தபோது கண்ட அழகுதான் அது. இந்த நான்கு உருவங்களும் அளவில் சிறியவைதான். மணக்கோலத்தில் நிற்கும் இறைவனும், இறைவியும் இரண்டு மூன்றடி உயரமே. அதற்கேற்ற உயரத்திலேதான் நாராயணனும், சீதேவியும்.

நாணம் என்ற உணர்ச்சி இருக்கிறதே, அதைச் சொல்லில் உருவாக்கிக் காட்டுகிறதே சிரமம் என்கிறார்கள் கலா ரசிகர்கள். உள்ளத்துக்குள்ளே கிளுகிளுக்கும் ஒரு இன்பம் வெளிப்பட விரும்புகிறது. அதைப் பிறர் தெரிந்துகொள்ளக் கூடாது என்பதற்காக அறிவு அந்த உணர்ச்சிக்கு அணை போடுகிறது. இந்த இரண்டு உணர்ச்சிகளுக்கும் இடையில் வெளிப்படுகின்ற உணர்ச்சிதான் நாணம். இந்த அற்புதமான உணர்ச்சியைத்தான் சிற்பி அந்-

தப் பர்வதராஜன் மகளுடைய ஒவ்வொரு அங்க அசைவிலும், தலை சாய்த்து, உடல் வளைத்து நாயகன் கையைப் பற்றி நிற்கின்ற நிலையிலும் காட்டியிருக்கிறான். 'ஒயில் - ஒயில்'. இந்த வார்த்தைக்குப் பொருள் என்ன என்றே பலருக்கும் பல வருஷ காலங்களாக விளங்காதிருக்கிறது. அந்த ஒயில் உயிர் பெற்று வந்ததுபோல் நிற்கிறாள் இவள். வலதுகை நீண்டு வளைந்து இறைவனின் வலக்கரத்தைப் பற்றி மகிழ, இடக்கரம் லாவகமாய் மேல் நோக்கி நாணும் தலைக்குப் பக்க பலமாக இருக்க அதற்கேற்ற முறையில் காலும் உடலும் இடையும், கழுத்தும் துவண்ட நிலையிலே நிற்கிறாள் மணப்பெண். இத்தகைய அழகியைத் துணையாகப் பெற்ற இறைவனின் நடையில் ஒரு மிடுக்குக் காண்பதில் அதிசயமில்லைதான். அரையில் கட்டிய அரைக்கச்சும் தோளில் அணிந்துள்ள வாகுவலயமும், மார்பில் இயங்கும் யக்ஞோபவீதமும் அவர் அழகை அதிகப்படுத்துகின்றன. அவருடைய கம்பீரத்தைத் தலையில் அமைந்திருக்கும் நீண்டுயர்ந்த கிரீடமே காட்டுகிறது.

மலையயரையன் பொற் பாவை
வான் நுதலாள் பெண் திருவை
உலகறியத் தீ வேட்டவனுடைய

அழகு முழுவதையும் அல்லவா இந்த இறைவன் திருவுருவில் வடித்தெடுத்திருக்கிறான் சிற்பி. மணக்கோலத்திலிருக்கும் இந்த நாயகன் நல்ல செல்வந்தர் என்றும் தெரிகிறது. இல்லாவிட்டால் உச்சி முதல் உள்ளங்கால் வரை சிறந்த அணிகள் இவர்களுக்கு எங்கே கிடைக்கப்போகிறது?

பார்வதிக்குப் பக்கபலமாக நிற்கும் சீதேவி நல்ல திருமணத் தோழியாக இருக்கிறாள். அவளும் நல்ல செல்வச் சீமாட்டிதான். அவள் மார்பகத்தைக் கச்சு கட்டிக் கிடக்கிறது. அவள் இடது கையால் மைத்துனியைத் தழுவி நிற்கிறாள். வலது கையாலும் அணைக்க விரும்பும்போது அவள் உள்ளத்தில் பரிவு தோன்றுகிறது. புதுமணத் தம்பதிகளை நேராகப் பார்த்தால் அவர்கள் மேலும் நாணுவார்களே என்று எண்ணி முகத்தை ஒருபுறமாகத் திருப்பிக்கொள்கிறாள் இந்த சீதேவி. தங்கைக்கு ஏற்ற மணவாளர் கிடைத்துவிட்டார் என்ற பெருமித உணர்ச்சியோடு கொஞ்சம் எட்டியே நிற்கிறார் விஷ்ணு. வலது மார்பிலே தனதேவதை தங்குகிறாள் என்பதைக் காட்ட மார்பில் கொஞ்சம் தங்கத்தையே பதித்திருக்கிறான் சிற்பி. இறைவன், இறைவி, சீதேவி சிலைகளில் உள்ள பூரணப் பொலிவு இந்தச் சிலையில் இல்லை என்றாலும், சாந்தமூர்த்தியாய் நின்ற திருக்கோலத்தில் இவர் காட்சி கொடுக்கிறார்.

இந்த நான்கு சிலைகளின் அழகைக் கண்டபின் நம் கவனத்தைக் கவர்வது, ரிஷப தேவர் திருவுருவம்தான். இந்தச் சிலைதான் உருவத்தாலும், உயரத்தினாலும், தோற்றப் பொலிவாலும், சிறந்த விக்ரகம். ரிஷபம் பின்னால் இல்லை என்றாலும் அது இல்லை என்ற உணர்ச்சியே நம் உள்ளத்தில் உண்டாவதில்லை. ரிஷபம் இருந்தால் அதன் மேல் இவர் சாய்ந்து நின்றால் எப்படி நிற்பாரோ அப்படியே நிற்கிறார். கம்பீரமாக நிமிர்ந்து நிற்கும் தோற்றம், அருமையான சடை அலங்காரம், அணிந்திருக்கும் அணிமணிகள் எல்லாம் அற்புதமாக உருவாக்கப்பட்டிருக்கின்றன. சடையைச் சுற்றிக் கட்ட படங்குறைந்த சிறிய நாகங்களை உபயோகித்திருக்கிறான் சிற்பி. இந்த ரிஷப தேவர் பக்கத்தில் அவருடைய துணைவி உமையும் மிக்க எழிலோடு நிற்கிறாள். கணவனுக்கு ஏற்ற மனைவிதான். வழக்கமாக அம்பிகையை உருவாக்கும் முறையிலேதான் உருவாக்கியிருக்கிறது. எல்லாம் மூன்று, மூன்றரை

அடி உயரத்தில்.

இனிக் காணலாம் பிக்ஷாடனரை. படங்கொள் நாகத்தைச் சென்னி சேர்த்ததோடு அமையாது அரையிலும் சேர்த்துக் கட்டி, மனைகள் தோறும் தளிகை ஏந்தி விடங்கர் ஆகித் திரியும் இந்த மூர்த்தி வேலை சூழ் வெண்காடர்தான். பெரிய ஜடை, தூக்கிய கையில் துடி, ஏந்திய கையில் கபாலம், இடையில் படமெடுத்தாடும் பாம்பு முதலியவை எல்லாம் அழகுக்கு அழகு செய்கின்றன. "நீண்டு கிடந்து இலங்கு திங்கள் சூடி, நெடுந்தெவே வந்து எனது நெஞ்சங் கொண்டார்" என்று அப்பர் வர்ணிக்கும் வெண்காடு மேவிய விகிர்தர்தானோ இவர் என்று கேட்கத் தோன்றுகிறது, சிலையைப் பார்த்தால்.

இப்படியெல்லாம் மணக்கோல நாதராகவும், ரிஷப தேவராகவும், பிக்ஷாடனராகவும் சாந்த நிலையிலே வெண்காட்டிலே உறையும் இறைவனே பயங்கர நிலையில் காலபைரவராகவும் உருவாகியிருக்கிறார். இந்தக் காலபைரவர் 'எண்தோள் முக்கண் எம்மானாக' காட்சி கொடுக்கிறார். எரி பறக்கும் சடையும், கபால மாலையும் கண்மூடி நிற்கும் நிலையிலும் ஒரு பயப்பிராந்தியையே உண்டாக்குகிறது. இந்தச் சிற்பம் ரிஷப தேவர், கல்யாண சுந்தரரைப் போல் சிறந்த சிற்ப வடிவம் அல்லாவிட்டாலும், பார்த்து அனுபவிக்கத்தக்கதே.

இத்தகைய அற்புத சிற்பங்களின் முன்னால் நிற்கும்போது, இந்த சிற்பங்களை உருவாக்கிய சிற்பி கள், அவர்களை ஆதரித்த அரசர்கள், அந்த அரசர் பெருமக்கள் நிறைந்த அந்தப் பழைய தமிழகம் எல்லாம் நம் கண் முன்னால் வராமல் போகா. புதிதாகச் சிற்ப உருவங்களை அதிலும் இப்படிப்பட்ட அற்புதச் சிற்பச் செல்வங்களை இன்று வடித்தெடுப்பது என்பது இயலாத காரியம். அந்தத் தலைமுறைச் சிற்பிகளே இன்று நாட்டில் இல்லை. இந்தச் சிலை உருவங்களைப் போற்றிப் பாதுகாக்கவாவது தமிழர்கள் தெரிந்துகொள்ள வேண்டாமா? அப்படிப் பாதுகாக்கும் பணியில் ஈடுபட்டிருப்பதுதான் தஞ்சை கலைக்கூடம். அதனால்தான் இந்த மூர்த்திகள் இன்று தற்காலிகமாக இந்தக் கலைக்கூடத்தில் மின்னும் மின்சார விளக்குகளிடையே அமைதியாக அமர்ந்திருக்கிறார்கள். அவர்கள் அழகை எல்லாம் கண்டுகளிக்க வேண்டுமானால் நீங்கள் தஞ்சை செல்ல வேண்டும்.

12. நல்லுறவுப் பாலம் அமைப்போம் கலை விற்பன்னர்

கவிஞன் பாரதி எத்தனை எத்தனையோ கனவுகளைக் கண்டிருக்கிறான். அதில் ஒரு கனவு இமயம் முதல் குமரி வரை, பெஷாவர் முதல் மணிப்புரி வரை இந்த அகண்ட பாரத நாடு முழுவதும் ஒரே சமுதாயமாக வேண்டும். அச்சமுதாயம் ஒரே கலாச்சாரத்தை வளர்க்க வேண்டும் என்பதுதான்.

சிந்து நதியின் மிசை நிலவினிலே
சேர நாட்டு இளம் பெண்களுடனே
சுந்தரத் தெலுங்கினில் பாட்டிசைத்து
தோணிகள் ஓட்டி விளையாடி வருவோம்

என்று அவன் பாடியிருக்கிறான் என்றால் எல்லா மக்களிடத்திலேயும் நல்லுறவு வளர வேண்டும் என்ற ஒரே அவாவினால் தூண்டப்பட்டுத்தான். இப்படி ஒரு சமுதாயம், அச்சமுதாயத்திற்கு ஒரே கலாச்சாரம் - இதை எப்படி உருவாக்குவது என்பதையும் அவன் சிந்-

தித்திருக்கிறான்.

கங்கை நதிப்புறத்துக் கோதுமைப் பண்டம்
காவிரி வெற்றிலைக்கு மாறு கொள்வோம்

என்று மார் தட்டியிருக்கிறான். உண்மையில் இப்படி வியாபாரத் துறையில், பொருளாதாரத் துறையில் ஒரு பரிவர்த்தனை ஏற்பட்டுவிட்டால் மக்களிடையே நல்லுறவு வளர்ந்துவிடுமா? என்று சிந்திக்கிறான். சிந்திக்கச் சிந்திக்க அவனுக்கு தோன்றியிருக்கிறது இப்படிப்பட்ட வியாபாரப் பரிவர்த்தனையால் மட்டும் நல்லுறவு வளர்ந்துவிடாது என்று.

உடனே தாம் செய்த தவறை எண்ணி விரலைக் கடித்திருக்கிறான். மறுபடியும் சிந்தித்திருக்கிறான். உண்மை விளங்கியிருக்கிறது. வியாபாரத்தாலோ, இல்லை மற்றைய பொருளாதார முறையாலோ வளராத நல்லுறவை, கலை மூலம் வளர்த்துவிடலாம் என்று கண்டிருக்கிறான். அப்போது வந்திருக்கிறது பாட்டு அவனுக்கு.

சிங்கம் மராட்டியர்தம் கவிதை கொண்டு
சேரத்துத் தந்தங்கள் பரிசளிப்போம்

என்று உற்சாகமாகவே பாடியிருக்கிறான். கங்கை நதிப்புறத்து கோதுமையையும், காவிரி வெற்றிலையையும், பரிவர்த்தனை பண்ணி வளர்க்க முடியாத நல்லுறவை, சேர நாட்டுத் தந்தச் சிற்பங்களையும், மராட்டியரது கவிதைக் கனிகளையும் பரிவர்த்தனை செய்து வளர்த்துவிடலாம் என்று கண்டிருக்கிறான்.

பாரதி கண்ட கனா அகண்ட பாரதத்தோடு நின்றுவிடுகிறது. வெள்ளிப் பனிமலையின் மீதுலவுவதோடும், சிங்களத் தீவுக்கு ஒரு பாலம் அமைப்பதோடும் அவன் திருப்தி அடைந்துவிடுகிறான். உண்மையில் இதுபோதுமா? யாதும் ஊரே யாவரும் கேளிர் என்றல்லவா பாடினான் நமது பண்டைத் தமிழன், கடலும் மலையும் அவன் வளர்க்க விரும்பிய நல்லுறவுக்கு குறுக்கே நிற்கவில்லையே; கடல் கடந்து, மலை கடந்து, கட்டுத் தறி கடந்து எல்லாத் துறைகளிலும் பரிவர்த்தனை செய்து நல்லுறவை வளர்க்க அல்லவா முனைந்திருக்கிறான் அவன். ஏதோ யவனவர்களுடன் வியாபாரம் நடத்தியது போதும் என்றிருக்கவில்லை. சிங்களம், புட்பகம், சாவகம், தீவு பலவினும் சென்றேறி அங்கு தங்கள் புலிக் கொடியையும், மீன் கொடியையும் நிலை நாட்டியதோடு திருப்தியடைந்து விடவில்லை. கடல் கடந்து சென்ற தமிழர்கள், தமிழ் அரசர்கள் தங்கள் தங்கள் நாட்டிலிருந்து கலைஞர்களையும் உடன் அழைத்துச் சென்றிருக்கிறார்கள். சென்ற சென்ற இடமெல்லாம் கலைக் கோயில்களைக் கட்டியிருக்கிறார்கள். இல்லாவிட்டால் ஜாவாவிலும், மலேயாவிலும், போராபுதூரிலும், பாங்காங்கிலும் தமிழகத்துக் கோயில்களையும் சிற்ப உருவங்களையும் நம்மால் இன்றும் காண முடியவா போகிறது? இப்படியெல்லாம் நல்லுறவை கலைஞர்கள் மூலம் வளர்த்திருக்கிறார்கள் நமது பண் டைய மன்னர்கள்.

இதெல்லாம் பழைய கதை. இன்று எல்லோரும் ஓர் குலம், எல்லோரும் ஓரினம், எல்லோரும் இந் நாட்டு மன்னர் ஆதலால் இனி நல்லுறவை வளர்ப்பது மன்னர்கள் கடமையல்ல; மக்கள் கடமை. உலக மக்களிடையே நல்லுறவை எப்படி வளர்ப்பது என்பதுதான் பிரச்னை, அந்தப் பிரச்னையை கலை நிபுணர்களுடைய பரிவர்த்தனை தீர்த்து வைக்குமா என்பதுஎன் கேள்வி.

“நான் சிறுவனாக இருந்தபோது இத்தாலிய சிற்பங்களைப் பற்றிக் கேள்விப்பட்டிருக்கிறேன். அப்பொழுது அந்தப் புகழ் பெற்ற சித்திரங்கள் விசித்திரத் தோற்றங்களாக இருக்க வேண்டும் என்று கற்பனை செய்து கொண்டேன். பின்னால் இத்தாலிக்கே சென்று அந்தச் சித்திரங்களைப் பார்த்த பொழுது. அவை ஒன்றும் அப்படி விசித்திரமாக இருக்க வில்லை. சித்திரத்தில் காட்டியுள்ள உருவங்கள் எல்லாம் நாம் கண்முன் தினசரி நடமாடுகின்றவைகளாகவே இருந்தன. இதே உண்மையைத்தான் நேப்பிள்ஸ் சித்திரக் கூடத்திலும், ரோம் நகரத்திலும், ரப்பேல், மைக்கேல் ஆஞ்சலோ, லியனார்டோ டாவின்சியின் சிருஷ்டிகளிலும் கண்டேன். இப்படிப்பட்ட ஒரு பொதுத் தன்மைதான் வாழ்வின் எல்லாத் துறைகளிலும் இருக்க வேண்டும்’’ என்றார் ஓர் அறிஞர். இந்த அறிஞர்தான் ஆர்.டபிள்யூ எமர்சன். அவர் கூறுகிற பொதுத் தன்மை கலையுலகில் சாத்தியமாவது எங்ஙனம்? கலைஞன் தான் வாழும் தேசம், காலம், சம்பிரதாயம், மரபு இவற்றின் துணை கொண்டுதான் தன் சிருஷ்டியில் ஈடுபடுவான். உலகமோ பலவிதம். ருசியோ எண்ணற்றவை. இப்படியிருக்கக் கலையில் ஒரு பொதுத் தன்மையை பெறுவது எப்படி? ஒவ்வொரு நாடும் ஒவ்வொரு சிருஷ்டியும் ஒவ்வொரு விதமாகவே இருந்தாலும் இவற்றையெல்லாம் ஊடுருவி நிற்கும் அடிப்படை, அந்த மனிதத் தத்துவம், மனித உணர்ச்சியாகத்தான் இருக்கும். அந்தத் தத்துவத்தை, அந்த உணர்ச்சியை ஒருமுகப் படுத்தி வளர்த்தால், உலக மக்களுடன் ஒரு ஒத்த கலையறிவு உண்டாகும். அதன் மூலம் அவர்களிடம் நல்லுறவு வளரும். இதைச் சாத்தியமாக்கத்தான் கலை நிபுணர்கள் பரிவர்த்தனை வேண்டும். நல்லெண்ணத் தூது கோஷ்டிகளின் சேவையைவிட இந்தப் பரிவர்த்தனை எவ்வளவோ சிறந்ததாகவும் இருக்கும்.

சமயத் துறையில் விவேகானந்தரும், அரசியல் துறையில் மகாத்மா காந்தி அடிகளும் உலக மக்களிடையே நல்லுறவைப் பரப்பிய பெரியோர்கள். ஆனால், கலைத் துறையிலோ ரவீந்திரநாத் தாகூர்தான் இந்தப் பணியைச் சிறப்பாகச் செய்தவர். செய்து முடித்தவர். வங்காளத்திலே பிறந்து கலைக்கூடமான சாந்திநிகேதனத்தை உருவாக்கி கவிதைக்கு நோபல் பரிசு பெற்று, தள்ளாத வயதிலும் இங்கிலாந்து - அமெரிக்காவோடு நின்று விடாமல் ஜப்பான் முதலிய உலகத்தின் பல பாகங்களுக்கும் சென்று கவிதையின் மேன்மையை, கலையின் உயர்வைப் பற்றி எல்லாம் விரிவாக எடுத்துச் சொல்லி கலையுறவை வளர்த்திருக்கிறார். இவருடைய வங்கக் கவிதையின் ஆங்கில மொழி பெயர்ப்பைப் படித்துப் பார்த்து விட்டே டபிள்யூ பி. ஈட்ஸ் என்ற மேல் நாட்டுக் கவிஞன், “இவர்தான் கீழை நாட்டு கலாச்சாரத்தின் ஏக பிரதிநிதி, ராஜதூதன்’’ என்று பாராட்டுகிறார். தாகூரின் சாந்தி நிகேதனம், ஆண்ட்ரூஸ் முதலிய அறிஞர்களை மேல் நாட்டிலிருந்து இங்கு இழுத்திருக்கிறது. அபனிந்திரநாத் தாகூர், நந்தலால் போஸ் போன்ற கலைஞர்களை உருவாக்கி, அவர்கள். ஆக்கித் தந்த கலைச் செல்வங்களைக் கப்பலேற்றி மேல் நாட்டுக்கு அனுப்பியிருக்கிறது.

தாகூரைப் போலவே கவிக்குயில் சரோஜினி தேவியும், தோருதத்தும் தங்கள் தங்கள் கவிதை மூலமாகக் கீழ்நாட்டிலும் மேல் நாட்டிலும் கலை உறவை வளர்த்திருக்கிறார்கள்.

பல வருஷங்களுக்கு முன் இந்தியாவிற்கு கவர்னர் ஜெனரலாய் வந்திருந்த லார்ட் கர்ஸான் இந்தியக் கலைகளைப் பற்றி ஒரு நாள் கலை வளர்க்கும் ராயல் சொசைடியார் முன்பு பேசியிருக்கிறார். அப்போது அவர் இந்திய நாட்டில் காணும் சில உருவங்கள் எல்லாம் விகாரமானவை, விந்தையானவை, விபரீதமானவை (Bizarre, Grotesque and

Clumsy) என்று குறிப்பிட்டிருக்கிறார். இதே எண்ணம்தான் ஆங்கிலேயர் பலரது மனதில் அன்று இருந்திருக்கிறது. இந்தியக் கலை வளர்ச்சிக் கழகத்தில் அக்கறை அதிகம் காட்டிய லார்ட் ரோனால்ட் ஷேயும் இதைப் பற்றியே குறிப்பிடுகிறார், "இந்தியச் சிற்பம், சித்திரம் எல்லாம் வெள்ளைக்காரருக்கு விகாரமுடையதாகவேபடுகின்றன. இந்தியக் கலையில் எவ்வளவோ ஆர்வம் காட்டும் ஒரு மேலைநாட்டானும் எலிபென்டாவில் உள்ள மூன்று முகம் கொண்ட திருமூர்த்தி சிலையின் முன் வந்ததும் மலைத்துவிடுகிறான் - இயற்கைக்குப் பொருத்தமாக சிலை அமையவில்லையே" என்று, இப்படித்தான் அங்கலாய்க்கிறார் அந்த ரோனால்ட் ஷேயும்.

ஆனால், இந்தியக் கலையின் அருமை பெருமை களை, அபூர்வத் தத்துவங்களையெல்லாம் இன்று மேல் நாட்டார் கொண்டாட ஆரம்பித்துவிட்டனர். ஆனந்த நடராஜ மூர்த்தியின் அற்புத சிலை உருவத்தைக் கண்டு அப்படியே அதிசயித்து நிற்கிறார்கள். எத்தனை பவுன் விலையென்றாலும் அத்தனை விலையையும் கொடுத்து அந்தச் சிலையை வாங்கி தங்கள் தங்கள் கலைக் கூடங்களில் வைக்கிறார்கள். கொண்டாடுகிறார்கள்: கங்காதரனையும், பிக்ஷாடனரையும், அர்த்த நாரியையும் கண்டு என்ன அபூர்வமான கற்பனை என்று மூக்கின் மேல் விரலை வைக்கிறார்கள் உள்ளத்திலே கோயில் ஒன்று கட்டி அங்கு இறைவனையே பிரதிஷ்டை செய்த பூசலார் நாயனார் கதையைக் கேட்டு, இது 'மனித சிந்தனையின் சிகரம்' என்கிறார்கள். சாஸ்திரம், சமயக்கலை எல்லாம் ஒன்றாகச் சேர்ந்தல்லவா இந்த நாட்டில் கூத்தாடுகிறது என்று பேசுகிறார்கள்; எழுதுகிறார்கள். லண்டனில் இந்தியக் கலைப்பொருள் கண்காட்சி நடக்கிறது. பாஸ்டனில் நடக்கிறது.

இதெல்லாம் எப்படிச் சாத்தியம் ஆயிற்று ஒரு சில வருஷங்களுக்குள்ளே என்றால் அதிலேதான் இருக்கிறது ரகசியம். கலை நிபுணர்களின் பரிவர்த்தனைதான் இந்த அற்புதத்தைச் சாதித்திருக்கிறது. பெர்கூஸன், ஹாவல், கொராட், பெர்சிபிரௌன், கிளாட்ஸ்டன், சாலமன் முதலிய கலை நிபுணர்கள் கப்பலேறி இந்தியாவிற்கு வந்திருக்கிறார்கள். பம்பாயிலும், கல்கத்தாவிலும் உள்ள கலை வளர் கழகங்களின் தலைமைப் பதவிகளை ஏற்றிருக்கிறார்கள். இந்தியக் கலையின் அடிப்படையை விளக்கமாகக் கற்றிருக்கிறார்கள். அதை எடுத்துச் சொல்லியிருக்கிறார்கள்.

இதே சமயத்தில் நாமும் சும்மா இருக்கவில்லை. நம்மில் ஒருவரான ஆனந்தக் குமாரசாமியைக் கப்பலேற்றி மேல் நாட்டிற்கு அனுப்பி வைத்திருக்கிறோம். ரவீந்திரநாத் தாகூரும், சரோஜினி தேவியும் கவிதைத் துறையில் உலக மக்களின் நல்லுறவை வளர்க்க எவ்வளவு தொண்டு புரிந்தார்களோ, அவ்வளவு சேவையைக் கலையுலகில் இந்த ஆனந்தக் குமாரசாமி செய்திருக்கிறார். சிவனது நடனம், ராஜபுத்திர ஓவியக் கலை, பௌத்த சிலை சாஸ்திரம், வேதங்களை உணரப் புதிய மார்க்கம், இந்தோனேஷியாவின் கலை, சரித்திரம் இவைகளைப் பற்றியெல்லாம் விரிவாகப் பேசியிருக்கிறார். பெரிதாக எழுதியிருக்கிறார். இந்திய நாட்டு அருங்கலை ரசமற்றது. விகாரமானது என்று சொல்லிய மேல் நாட்டார்களுக்கெல்லாம் சரியான சாட்டையடி கொடுத்திருக்கிறார். இந்தியக் கலையின் அரிய தத்துவங்களையும், மகோன்னத உயர்வையும் எடுத்து விளக்குவதில் அவருக்கு நிகர் அவரே என்று பெயர் பெற்றிருக்கிறார்.

கேவலம் காமம், பணம் முதலிய லௌகீகத்தில் ஈடுபடாமல் தெய்வீகத் தன்மையோடு தத்துவ அறிவாற்றலையும் பெற்றவர்கள் இந்தியக் கலைஞர்கள் என்றும், அவர்கள் - வாழ்க்கையையே அவர்கள் வளர்த்த கலைமூலம் எக்காலத்தும். எல்லோரும் கண்டு களிக்கும்படி சிலை, சிற்பம், ஓவியம் மூலம் செய்திருக்கிறார்கள் என்றும், இந்தக் கலை எவ்வளவு புராதனமானது. எவ்வளவு புனிதமானது என்றும், உலகம் முழுவதுமே பறைசாற்றியிருக்கிறார், அப்படி இல்லாமலா இவரை பாஸ்டன் நகரில் உள்ள நுண்கலைக் காட்சி சாலையில் இந்திய இரானியப் பகுதிக்கு நிரந்தரத் தலைவராக நியமிப்பார்கள்? அமெரிக்கர்களும் இவருடைய கலையறிவைப் புகழ்ந்திருக்கிறார்கள். இவரைப் பார்த்த ஒரு அமெரிக்க பிரபு, "அடே இவரே உயரமாய், அழகாய், பொன் வண்ண மேனியுடையவராய்; சந்தன மரத்தில் செதுக்கிய கடவுளுடைய உருவம் போலவே இருக்கிறாரே" என்று வர்ணிக்கிறார். Tall, handsome of sovereign colour, the image of the God carved in sandal wood என்பதுதான் அவருடைய வர்ணனை. உலக மக்களிடையே கலை மூலம் நல்லுறவைப் பரப்பிய பெரியார்களில் இவர் தலைசிறந்தவர் என்று சொன்னால் அதை ஒருவரும் மறக்க முடியாது.

சரிதான், நம்மிடையே இன்று இல்லாத தாகூரையும், சரோஜினியையும், ஆண்ட்ரூஸையும், ஆனந்தக் குமாரசாமியையும் பற்றியே சொல்லித் தீர்த்துவிட்டால், நமது பரம்பரையிலே இந்தக் கலையுறவை அதன் மூலம் நல்லுறவை வளர்க்கும் கலைஞர்கள், கலை நிபுணர்கள் இல்லையா என்று அன்பர் கேட்கும் கேள்வி என் காதில் விழத்தான் செய்கிறது. உண்டு ஐயா உண்டு.

கல்கத்தா சித்திர கலாசாலையில் பெர்ஸிபிரௌனின் மாணவர்களாயிருந்து சித்திரக் கலையில் தேர்ச்சி பெற்ற பாபேஸ் ஸன்யால், அபனீந்திரநாத் தாகூர், நந்தலால் போஸ் இவர்களால் உருவாக்கப்பட்டு ரவீந்திரநாத், அவருடைய மனைவி ஜாமுதத், திரேன் காந்தி, நவீன் காந்தி, சமார்கோஸ் முதலியவர்கள் எல்லாம் இன்று சித்திரக் கலையை வளர்க்கிறார்கள். இவர்களில் பலர் கடல் கடந்து அயல் நாடுகளுக்குச் செல்லாவிட்டாலும், இவர்களுடைய சித்திரங்கள் கலைப்பொருள்கள் கடல் கடந்து செல்கின்றன.

லண்டன், சிகாகோ, மியூனிச் முதலிய மேல் நாட்டுக் கலைக் கூடங்களை அலங்கரிக்கின்றன. இந்தியன் நேஷனல் காங்கிரசின் முதல் தலைவர் டபிள்யூ ஸி. பானர்ஜியின் அருமை மகள் ஷீலா ஆடஸ் 22 வயதிலேயே மியூனிச் சென்றிருக்கிறாள். லண்டன் சென்றிருக்கிறாள். அங்கெல்லாம் தன் கலைத் திறனைக் காட்டியிருக்கிறாள். விளம்பரக் கலை - சித்திரம் தீட்டுவதில் நல்ல பெயரும் பெற்றிருக்கிறாள்.

இப்படி நாம் மட்டும்தான் கலைஞர்களை வெளியில் அனுப்பிக் கொண்டிருக்கிறோம் என்பதில்லை. மேல்நாட்டில் இருந்து நம் நாடு தேடி வந்த கலை நிபுணி ஜேம்ஸ் கஸின்ஸையும், சித்திரக்காரர் சைமன் ஏல்லீசையும், ரால்டரையும், நிக்காலஸ் ரோரிச்சையும், ஸ்ரீமதி ஸ்டெல்லா கிரேம்ரிச்சையும் ஆதரித்திருக்கிறோம். பாராட்டியிருக்கிறோம். அவர்கள் நம் நாட்டுக் கலை வளர்ச்சியில் காட்டுகின்ற அக்கறையை எல்லாம் மதித்திருக்கிறோம், சிற்பக் கலையைப் பொருத்தமட்டில் சென்னை சித்திரக் கலாச்சாலைத் தலைவர் தேவி ப்ரசாத்ராய் சௌத்திரியின் புகழ் பல நாடுகளுக்கும் பரவியிருக்கிறது. அவரது சிலைகள் எல்லாம் இத்தாலியிலேயே வார்க்கப்படுகின்றன. இப்படி எல்லாம் பரிவர்த்தனை, சித்திரம், சிற்பம் முதலிய

துறைகளில் இன்னும் நடந்து கொண்டுதான் இருக்கிறது.

இத்துடன் இன்று நடனம், பேசும் படம் முதலிய கலை வளர்ச்சியிலும் இந்தப் பரிவர்த்தனை சிறப்பாகவே நடைபெறுகிறது. கதகளியும், பரதநாட்டியமும் அன்றைக்கே வெளிநாடுகளுக்குச் செல்ல ஆரம்பித்து விட்டன. அனிபெசண்டும், அருண்டேலும் நமக்களித்த பிரம்மஞானத்திற்கு எல்லாம் ஈடாக, ருக்மணி தேவியையும் அவர் தம் நாட்டியக் கலையையும் மேல்நாட்டாருக்கு உதவியிருக்கிறோம். உதயசங்கரையும், அவரது மனைவி அமலா நந்தியையும் இந்திய நடன உலகின் பிரதிநிதிகளாக் எல்லா நாட்டிலுமே சென்று வர விடுத்திருக்கிறோம்.

இவ்வளவுதானா? பூலோக் சுவர்க்கம் என்றும் ஹாலிவுட்டில் இருந்து வரும் கிரேட்டா கார்போ, டோரதிலாமூர், மெர்லி ஆபிரான் முதலியவர்கள் நடித்த படங்களை எல்லாம் கண்டு களித்த நாம் நமது யானைப்பாகன் மகன் ஸாபுவையும் அந்த ஹாலிவுட்டிற்கே அனுப்பியிருக்கிறோம். அவன் நடித்த யானைச் சிறுவன், முரசு என்னும் படங்களோ உலக முழுவதுமே சக்கைப் போடு போட்டிருக்கின்றன. சினிமாக் கலை இப்படி நக்ஷத்திர பரிவர்த்தனை மூலம் சிறப்பாக வளர்ந்து வருகிறது.

புதிதாகச் சுதந்திரம் பெற்ற நாடு நம் நாடு. நம் நாட்டின் ராஜப் பிரதிநிதிகளாக பலரை இன்று வெளி நாட்டிற்கு அனுப்பி வைக்கிறோம். இவர்கள் எல்லோரும் கலை நிபுணர்கள் அல்ல. கலை நிபுணர்களையே தேர்ந்தெடுத்து நம் நாட்டின் ராஜப் பிரதிநிதிகளாக பிற நாடுகளுக்கு அனுப்பிவிட்டு அங்கிருந்து அதே விதமாக கலை நிபுணர்களையே அந்த அந்த நாட்டுப் பிரதிநிதிகளாகப் பெறுவோமானால் நாடுகளுக்குள் கலையறிவு வளரும். அதனால் நல்லுறவு பெருகும். போர் ஒடுங்கும். புகழ் ஓங்கும்.

13. தென்னிந்தியக் கோயில் அமைப்பும் பண்பாடும் - கோயில்கள்

எனது நண்பர் ஒருவர் பழநிமலை அடிவாரத்தில் குடி இருக்கிறார். அவருக்குப் பழநி ஆண்டவனிடத்திலே நிறைந்த பக்தி. ஒவ்வொரு ஆண்டும் வருஷப் பிறப்பன்று விழித்ததும் முதன் முதல் கண்டு தொழ விரும்புவது பழநி ஆண்டவனையே. அதற்காக, அவர் அன்று படுக்கையை விட்டு அதிகாலையிலேயே எழுந்து ஸ்நானம் எல்லாம் முடித்து விட்டு சுற்றி வரும்போதும், கோயிலுக்குள் நுழைந்து சந்நிதியில் சென்று உட்காரும்போதும் குனிந்து கொண்டே இருப்பார். தலை நிமிரமாட்டார். கண்ணைக்கூட அகல விழிக்காமல் மூடிக் கொண்டேதான் நடப்பார். வலம் வருவார். அர்த்தமண்டப வாயில் திறப்பது வரை இப்படியே இருந்து கதவு திறந்ததும் கண்விழித்து ஆண்டவனைக் கண் குளிரத் தரிசிப்பார். நாம் எல்லாம் நண்பரைப் போல அத்தனை பக்தி உடையவர்கள் அல்ல என்றாலும் கோயில்களுக்குத் தினசரி செல்வோம். இறைவன் சந்நிதியையும் அடைவோம்.

கற்பூர ஆரத்தியைக் கண்டு களிப்போம். இறைவன் திருக்கோலத்தில் ஈடுபட்டு நின்று திரும்பி வீடு வந்து சேர்வோம். இப்படியெல்லாம் கோயிலுக்குப் போய் வரும் நாம் விழித்த கண் விழித்தபடியே நடந்தாலும் கோயிலின் அமைப்பை உற்று நோக்கமாட்டோம். அங்குள்ள கலைச் செல்வங்களைக் கண்டு களிக்கமாட்டோம். சிற்ப வேலைப்பாடுகளைக் கண்டு

அதிசயித்து நிற்கமாட்டோம்: பழநி அன்பரைப்போல் இறைவனிடம் பக்தி செலுத்தும் ஒரே ஆர்வத்தோடே வந்து வணங்கிச் சென்று திரும்பி விடுவோம். இரண்டாயிரம் வருஷ காலமாக ஊறி நிற்கும் பண்பாட்டில் வளர்ந்துள்ள கோயில்களுக்குச் சென்றால், அந்தக் கோயில் அமைப்பு எப்படி இருக்கிறது; அங்கு என்ன என்ன மூர்த்திகளை பிரதிஷ்டை செய்திருக்கிறார்கள்; கோயிலின் மண்டபங்கள், விமானங்கள், ஸ்தூபிகள், தூண்கள் எல்லாம் எக்காலத்தில் யாரால் கட்டப்பட்டிருக்க வேண்டும்; அவை சொல்லும் கதைகள் என்ன என்றெல்லாம் நாம் தெரிந்து கொள்ள வேண்டாமா? தமிழர்களாகிய நாமெல்லாம் கோயில்களின் அமைப்பிலும் அவை வளர்த்த பண்பாட்டிலும் அக்கறை காட்டவே இந்தப் பேச்சுத் தொடர். குடைவரைக் கோயில்கள் தவிர மற்றைய கோயில்களைப் பற்றியே இன்றைய பேச்சு.

பல்லவ மன்னர்களான மகேந்திரவர்மன், நரசிம்மவர்மன் முதலியோர் மலைகளைக் குடைந்தும், பெரும் பாறைகளை வெட்டிச் செதுக்கியும் குடைவரைகளை அமைத்தார்கள் என்று கண்டோம். அவர்கள் வாழ்ந்த அதே ஏழாம் நூற்றாண்டின் இறுதியில், கருங்கற்களை ஒன்றின் மேல் ஒன்றாக அடுக்கி கோயில் கட்டடக் கற்றுக் கொண்டார்கள் தமிழ் மன்னர்களும், தமிழகத்துச் சிற்பிகளும். இரண்டாம் நரசிம்மவர்மன் என்னும் ராஜசிம்மன் காலத்தில் இந்தக் கற்றளிகள் அமைக்கும் முறையில் வல்லவர்களாக இருக்கிருக்கிறார்கள் தமிழர்கள். மாமல்லபுரத்திலே கடற்கரைக் கோயில் ஒன்று பிரசித்தமாக இருக்கும், அந்த ஜலசயனர் கோயில் நல்லதொரு கற்றளி. அதேபோல, காஞ்சியில் ஊருக்கு மேற்கேயுள்ள பல்லவர் மேட்டில் கட்டியிருக்கும் கைலாசநாதர் கோயிலும் இந்தக் கற்றளிக்கு ஒரு சிறந்த எடுத்துக்காட்டு. இதைப்போலவே செஞ்சித் தாலுக்காவிலே பனை மலை என்னும் இடத்திலே அமைக்கப்பட்டிருக்கும் கற்கோயிலும்; பல்லவ மன்னர்கள் அமைத்த கற்றளிகளில் ஒன்று. இந்தப் பல்லவ மன்னர்கள் அமைத்த கற்றளிகளைப் பார்த்தே பின் வந்த சோழ மன்னர்களான ராஜராஜனும், அவன் மகன் ராஜேந்திரனும் அற்புதமான கற்றளிகளைத் தஞ்சையிலும் கங்கை கொண்ட சோழீச்சுரத்திலும் கட்டியிருக்கிறார்கள், இவர்கள் பரம்பரையிலே வந்த இரண்டாம் ராஜராஜன், திரிபுவனச் சக்கரவர்த்தி முதலியவர்கள் தாராசுரத்தில் ஐராவதேஸ்வரருக்கும், திரிபுவனத்தில் கம்பகரேஸ்வரருக்கும் நல்ல அழகான கற்றளிகள் அமைத்திருக்கிறார்கள். சோழ மன்னன் கட்டிய கோயில் என்றால் உபானம் முதல் ஸ்தூபி வரை கல்லாலேயே கட்டப்பட்டிருக்கும் என்பது பிரசித்தம்.

இப்படிக் கோயில்களை எல்லாம் கல்லாலேயே கட்டினார்கள், அன்றைய தமிழர்கள். கோயில்களை எப்படி அமைத்தார்கள் என்று தெரிய வேண்டாமா? பாரத நாட்டின் கோயில் கட்டிடக் கலையை மூன்று பிரிவாகக் கூறுவார்கள. நாகரம், வேசரம், திராவிடம் என்று. நாகரம், என்னும் முறை இந்தியாவில் நருமதை ஆற்றிற்கு வடக்கே நின்றிருக்கிறது. அடி முதல் முடிவரை நான்கு பட்டைச் சதுரமாக கோயில்களை அமைப்பதே இம்முறை. இந்த முறை தமிழ்நாட்டிற்கு வரவே இல்லை. தரை அமைப்பிலும் கட்டிட அமைப்பிலும் விமான அமைப்பிலும் வட்ட வடிவமாக அல்லது நீண்ட அரை வட்ட வடிவமாக அமைப்பதே வேசரம். இம்முறையை தமிழ்நாட்டில் ஒரு சில இடங்களில் கையாண்டிருக்கிறார்கள். அரங்கத்து அரவணையான் கர்ப்பக்கிரஹம், உத்தரங்கம் என்னும் பள்ளி கொண்டான் கர்ப்பக்கிருஹம் எல்லாம் பிரணவாகாசமாக அமைந்திருப்பதை அறிவோம். இங்குள்ள விமானங்கள், இன்னம்பர் முதலிய கோயில்களில் உள்ள விமானங்கள் கஜப்பிரஷ்டம் என்னும் முறையிலே

அரை வட்டமாக அமைந்திருப்பதையும் பார்த்திருக்கிறோம். இவைகள் வேசர முறையில் கட்டப்பட்ட கோயில்கள் என்று கூறலாம். திராவிட முறையில் அமைக்கப்பட்ட கோயில்களே வடக்கே கிருஷ்ணாவிலிருந்து தெற்கே குமரி வரை நிறைந்திருக்கக் காண்கிறோம். இக்கோ-யில்கள் எல்லாம் பெரும்பாலும் கிழக்கே பார்த்த கோயில்களாகவே இருக்கும். ஒரு சில கோயில்கள் மேற்கு நோக்கியும் இருப்பதுண்டு. இக்கோயில்களில் பெரும்பாலும் கர்ப்பகிருகம் சதுர அமைப்புடையதாகத்தான் இருக்கும். இக்கர்ப்பக் கிருகத்தை அடுத்த அர்த்த மண்டபம் நீண்ட சதுர வடிவினதாக இருக்கும். பல்லவ மன்னர்கள் காலத்தில் கருவறையுடனும் அர்த்த மண்டபத்துடனும் நின்ற கோயில்களில், பின்னர் பலபல மண்டபங்கள் எழுந்திருக்கின்றன. இப்படித்தான் கோயில்கள் விரிவடைந்திருக்கின்றன.

இப்படி வளர்ந்த கோயில் அமைப்பில், குடைவரை கற்றளிகளுக்குப் பின் மாடக் கோயில்கள் உருவாகி இருக்கின்றன. இவைகளில் சில பல்லவர் காலத்திற்கு முன்னும் எழுந்ததுண்டு. அவை செங்கல்லால் கட்டப்பட்டிருந்த காரணத்தால் அழிந்து சிதைந்திருக்-கின்றன. பல்லவர்களுக்குப் பின் வந்த சோழ மன்னர்கள், நாயக்க மன்னர்கள், இந்த மாடக் கோயில்களைப் புதுப்பித்திருக்கின்றனர். மாடிபோல் அமைந்தவை மாடக் கோயில்கள். ஒன்-றின் மேல் ஒன்றாக ஒன்பது நிலையுள்ள மாடக் கோயில்களைப் பற்றி சிற்ப நூல்கள் கூறு-கின்றன. என்றாலும் தமிழ் கத்தில் மூன்றடுக்குக்கு மேற்பட்ட மாடக் கோயில்கள் இல்லை. சில ஒன்றிரண்டு நிலைகளோடும் நின்றிருக்கின்றன. சீர்காழிக்குக் கிழக்கே ஐந்து மைல் தொலைவில் உள்ள திருநாங்கூர் மணிமாடக் கோயிலைப் பற்றியும், நாச்சியார் கோயில் என்ற திருநறையூர் மாடக் கோயிலைப் பற்றியும் திருமங்கை ஆழ்வார் குறிப்பிடுகிறார்.

செம்பியன் கோச்செங்கணான்
சேர்ந்த கோயில்
திருநறையூர் மணிமாடம்
சேர்மின்களே!

என்பதுதான் திருமங்கை மன்னன் பாசுரம். இன்னும் ஆடுதுறைக்குத் தென் கிழக்கே ஐந்து ஆறு மைல் தொலைவில் உள்ள வைகல் என்னும் ஊரில் ஒரு மாடக் கோயில் இருக்கிறது. வைகல் மாடக் கோயில் என்றே அக்கோயிலுக்கு பெயர் ஏற்பட்டிருக்கிறது. இக்கோயிலும் கோச்செங்கட் சோழன் கட்டினதே என்று சம்பந்தர் கூறுகிறார்,

கொம்பியல் கோதைமுன்
அஞ்ச, குஞ்சாத்
தும்பிய துரி செய்த
துங்கர் தங்கிடம்
வம்பியல் சோலை சூழ்
வைகல் மேற்கத்திசை
செம்பியன் கோச் செங்
கணான் செய் கோயிலே

என்பது சம்பந்தர் தேவாரம். இப்படி ஏழாம் நூற்றாண்டிற்கு முன் கட்டப்பட்ட மாடக் கோயில்களை ஞாபகத்தில் வைத்துக் கொண்டே மாமல்லபுரத்தில் அர்ச்சுன ரதம், தருமராஜ ரதம், சகாதேவ ரதம் எனப்படும். கற்றளிகளை அமைத்திருக்கிறான் பல்லவ நரசிம்மவர்மன்.

கற்றளிகளாகக் கட்டப்பட்ட மாடக் கோயில்கள் இரண்டு பின்னர் உருவாகி இருக்கின்றன. ஒன்று காஞ்சியில் வைகுண்டப் பெருமாள் கோயில் என்னும் பரமேசுவர விண்ணகரம். மற்றொன்று உத்திரமேரூரில் உள்ள சுந்தரவரதப் பெருமாள் கோயில். இரண்டுமே மூன்று நிலை மாடக் கோயில்கள்; காஞ்சி வைகுண்டப் பெருமாள் கோயிலைக் கட்டியவன் பரமேசுவர வர்மன். உத்திரமேரூர் சுந்தரவரதர் கோயிலைக் கட்டியவன் நந்தி வர்மன். இருவரும் எட்டாம் நூற்றாண்டின் தொடக்கத்தில் தொண்டை மண்டலத்தை ஆண்ட பல்லவ அரசர்கள்.

இப்படி குடைவரை, கற்றளி, மாடக்கோயில் என்றெல்லாம் வகைப்படுத்தும் முறை ஒருபுறம் இருக்க, நாவுக்கரசர் ஒரு புதிய முறையை அவரது அடைவுத் திருத்தாண்டகத்தில் குறித்திருக்கிறார்.

பெறுக்காறு சடைக்கணிந்த
பெருமன் சேரும் பெருங்கோயில்
எழுபதினோடு எட்டும் மற்றும்
கரக்கோயில் கடிபொழில் சூழ்
ஞாழல் கோயில், கருப்பறில்
பொருப்பனைய கொடுடிக் கோயில்
இருக்கோதி மறைவர்கள்
வழிபட்டு ஏத்தும் இளங்கோயில்
மணிக்கோயில் ஆலக்கோயில்
திருக்கோயில் சிவன் உறையும்
கோயில் சூழ்ந்து தாழ்ந்து இறைஞ்சத்
தீவினைகள் தீரும் அன்றே?

என்பது அப்பர் பாடல். இந்தத் தேவாரப் பாடலிலே சோழன் செங்கணான் கட்டிய மாடக் கோயில்களைக் குறிப்பதோடு, கரக்கோயில் 'ஞாழற் கோயில், கொடுடிக் கோயில், இளங்கோயில், மணிக்கோயில், ஆலக்கோயில்' என்று ஆறுவகைக் கோயில்களைக் கூறுகிறார். இந்த ஆறு வகைக் கோயில்களையே சில்ப நூல்களில் விஜயம் ஸ்ரீபோகம், ஸ்ரீவிலாசம். ஸ்கந்த காந்தம், ஸ்ரீகரம், ஹஸ்தி பிருஷ்டம், கேசரம் என்று வடமொழிப் பெயரிட்டு கூறப்பட்டிருக்கிறது. இவைகள் எவை, எவை என்று நிர்ணயிக்கும் ஆராய்ச்சி இன்னும் முடிந்தபாடாக இல்லை.

கோயில் கட்டிடக் கலை சோழ மன்னர்கள் காலத்தில் நாளும் வளர்ந்து, நாயக்க மன்னர் காலத்தில் விரிந்து பின்னர் தேய்ந்திருக்கின்றன என்று சொல்லி காலவரையறை கணக்கிட்டுவிடலாம். தென் தமிழ்நாட்டுக் கோயில்களின் காலத்தை, அங்குள்ள மண்டபங்களை, அந்த மண்டபங்களில் நிற்கும் தூண்களை, அத்தூண்களில் உள்ள பொதிகைகளை வைத்தே நிர்ணயித்தல் கூடும். இவற்றைப் பற்றியெல்லாம் விரிவாக இச்சுருங்கிய நேரத்தில் நான் பேச விரும்பவில்லை. கோயில் கட்டிடம் உள்ள உறுப்புகள் அதன் பெயர்கள் எல்லாம் பற்றி சாதார்ண மக்களும் கொஞ்சம் தெரிந்து கொள்ள வேண்டும் என்று ஆசைப்படுகிறவன் நான். நீண்டுயர்ந்த மலையைக் கண்டு எப்படி கோபுரம் அமைக்க விரும்பினானோ அதுபோல மனிதனது உடல் உருவ் அமைப்பைப் பார்த்தே கோயிலை நிர்ணயிக்க முனைந்திருக்கிறான் அவன். நீண்டு நிமிர்ந்த பெருங்கோயில் உறுப்புகள் நல்ல தமிழில், அடி, உடல்,

தோள், கழுத்து, தலை, முடி என்று ஆறாகும். இதையே சிற்ப சாஸ்திரத்தில் அதிஷ்டானம், பாதம், மஞ்சம், கண்டம், பண்டிகை, ஸ்தூபி என்று நீட்டி முழக்கி வடமொழியில் சொல்வார்-கள், நல்ல கரை அமைப்பே அடி. இதனையே அதிஷ்டானம், மசூரகம், ஆதாரம், தலம், பூமி என்றெல்லாம் கூறுவர். இந்த அடிமேல் எழுந்த உடலே கருவறை, இதனையே கால், பாதம், ஸ்தம்பம், கம்பம் என்று கூறுவார்கள். கருவறையையே திருஉண்ணாழி என்று கல்-வெட்டுகளில் குறித்திருக்கும். இந்த கருவறையின் மீது நிற்பதே தோள் என்னும் பிரஸ்தரம், மஞ்சம், கபோதம் எல்லாம். அதற்கும் மேலே கண்டம், களம் கர்ணம் எனப்படும் கழுத்து. இதன்மேலே இருக்கும் ஸ்தூபியே முடி. இவைள் எல்லாம் என்ன என்ன அளவில் இருக்க வேண்டும் என்பதற்கெல்லாம் விதிகள் உண்டு.

இன்னும் இந்த உறுப்புகளை ஒட்டிய பல பகுதி கள் பல பெயர்களில் விளங்கும். திரு-உண்ணாழி என்னும் கருவறைச் சுவரின் வெளிப் பக்கத்திலே கோஷ்ட பஞ்சரம், கும்ப பஞ்-சரம் எனும் மாடக் குழிகள் அமைக்கப்படும். கருவறை, அர்த்தமண்டபம் இரண்டையும் சுற்றி ஐந்து கோஷ்ட பஞ்சரங்கள். இவைகளில் கணபதி, தக்ஷிணாமூர்த்தி, லிங்கோத்பவர், பிர-மன், துர்க்கை உருவங்கள் இருக்கும். கோஷ்ட பஞ்சரத்திலே இந்தத் தெய்வத்திருஉருவங்-களை அமைக்கும் வழக்கம் சோழ மன்னர்கள் காலத்திலேதான் ஆரம்பித்திருக்க வேண்டும். கோஷ்ட பஞ்சரங்களுக்கு இடையிடையே கும்ப பஞ்சரம். அடியில் குடமும் மேலே சிற்ப வேலையோடு கூடிய கொடியும் இருக்கும், தோள் என்னும் பிரஸ்தாரத்தின் மேலே கர்ணக் கூடு பஞ்சரம். சாலை என்னும் உறுப்புகள், இவைகளின் அமைப்பை எல்லாம் விவரிப்ப-தைவிட கோயிலுக்குச் செல்லும்போது நேரே பார்த்துத் தெரிந்து கொள்ளுதல் நலம்.

கோயிலுக்குள் இருக்கும் மற்ற பரிவார ஆலயங்களைப் பற்றியும் ஒரு சில வார்த்தைகள், பத்தாம் நூற்றாண்டில் சோழன் விஜயாலயன் காலத்திற்குப் பின்தான் சிவன் கோயில்களில் அம்பிகைக்கு என்று தனி ஆலயங்கள் கட்டப்பட்டிருக்கின்றன. அதற்கு முந்திய காலத்தில் அம்பிகைக்கு என்று தனிக் கோயில்கள் இருக்கவில்லை. காஞ்சியில் உள்ள அத்தனை சிவன் கோயில்களுக்கும் இன்றும் அம்பிகை சந்நிதி கிடையாது. எல்லோருக்கும் சேர்த்து ஒரே அம்பிகையாய், ஒப்பற்ற அம்பிகையாய், தனிக் கோயிலில் இருப்பவள்தான் அன்னை காமாட்சி. சோழ மன்னர்கள் காலத்தில்தான் அம்பிகைக்கு தனி சந்நிதி அமைத்தார்கள். முதலில் பிரதான கோயிலிலேயே ஒரு சிறு கோயில் கட்டி தெற்கே பார்க்க நிறுத்தினார்கள். அதன்பின் எப்படியோ அம்பிகைக்கு இறைவன் வலப்பக்கத்திலே கட்டினார்கள். செய்த தவறை உணர்ந்து பின்னர் அநேகமாக எல்லாக் கோயில்களிலும் இறைவனுக்கு இடப்பக்-கத்திலேயே அம்பிகைக்குப் பெரிய கோயிலையும் கட்டி முடித்திருக்கிறார்கள். சோழர்கள் காலத்தில் இறைவனுக்கு இடப்பக்கத்தில் இருந்த அம்பிகை நாயக்க மன்னர்கள் காலத்திலே திரும்பவும் வலப்பக்கத்திற்கே வந்து கோயில் கொண்டிருக்கிறாள். பெரிய சிவன் கோயில்-களிலே ஆதியில் முருகன், கணபதி முதலியவர்களுக்குத் தனித்தனி கோயில்கள் இல்லை. பின்னர்தான் கோயிலின் தென்மேற்கு மூலையிலே விநாயகரும் அவருக்கு எதிர்த்த வடமேற்கு மூலையில் சுப்பிரமணியரும் இடம் பெற்றிருக்கிறார்கள். நடராஜருக்குத் தனிச் சந்நிதி என்பதெல்லாம் மிகவும் பிற்பட்ட காலத்தில் எழுந்ததுதான். தெய்வத் திருமுறைகளை எல்லாம் வகுத்த பின்பே, அடியார்கள், நாயன்மார்கள் எல்லாம் கோயிலுக்குள் அனுமதிக்-கப்பட்டிருக்கிறார்கள். நவக்கிரக வழிபாடு எல்லாம் மிகவும் பிற்காலத்திலேதான் ஏற்பட்டிருக்க

வேண்டும்.

சிவன் கோயில்களைப் போலவே பெருமாள் கோயில்களிலும் பத்தாம் நூற்றாண்டிற்கு முன்பு தாயார் சந்நிதி இருந்ததில்லை. இன்னும் ஒப்பிலியப்பன் கோயில், நாச்சியார் கோயில் முதலிய இடங்களில் தனித்த தாயார் சந்நிதி இல்லை என்பது பிரசித்தம். கருவறைக்குள்ளேயே இருந்த தாயாரைப் பிரித்து, அவளைத் தனிக் கோயிலில் இருத்தியதெல்லாம் பத்தாம் நூற்றாண்டிற்குப் பின்புதான். ஆழ்வார்களும், ஆச்சாரியார்களும் மற்றும் ராமன், கண்ணன், விஸ்வக்சேனர் எல்லாம் தனிக் கோயில்களில் அமர்ந்தது இன்னும் பிந்திய காலத்திலேயே, இங்கு கூட ஒரு பாரபட்சம். பெருமாள் கோயில்களில் ஆண்டாளுக்கு என்று ஒரு தனி சந்நிதி. பன்னிரு ஆழ்வார்களில் ஒருத்தியான ஆண்டாளுக்கு மட்டும் தனிச் சந்நிதி ஏற்படுவானேன்? விஜயநகர மன்னனான கிருஷ்ண தேவராயன் ஆண்டாளிடம் அத்யந்த பக்தி கொண்டவன். அவனது கைங்கர்யமே இந்த ஆண்டாளுக்கு தனித்த சந்நிதி. இவ்வளவு-தானா சொல்லலாம் இக்கோயில்களின் அமைப்பைப் பற்றி? இன்னும் எவ்வளவோ சொல்லலாம். சொல்லிடில் எல்லை இல்லை என்றே சொல்லலாம்.

சமுதாய வாழ்வினை வளர்க்க இக்கோயில்கள் எப்படி உதவியிருக்கின்றன என்று தெரிந்து கொள்ளாவிட்டால் இந்தப் பேச்சு பூரணம் அடைந்ததாகாது. நகர நிர்மாணத்திலேயே கோயில்கள் முக்யஸ்தானம் வகித்திருக்கின்றன. எந்த ஊரிலும் ஊருக்கு நடுவில் தான் கோயில், அதைச் சுற்றித்தான் தெருக்கள், கடை வீதிகள், வீடுகள் எல்லாம். மதுரையைப் பாருங்களேன். நகர நிர்மாணத்திற்கே சிறந்த எடுத்துக்காட்டு என்றல்லவா மேல்நாட்டு அறிஞர்கள் பாராட்டுகிறார்கள். கோயிலின் நான்கு திசைகளிலும் நான்கு வாயில்கள். வாயில் ஒவ்வொன்றிலும் உயர்ந்த கோபுரங்களை எழுப்பி நாட்டையும் நகரத்தையும் காத்து நிற்கும் காவல் கூடமாக அல்லவா கோயிலை உருவாக்கி இருக்கிறார்கள், தமிழர்கள்.

கோயில்களைச் சுற்றிய வீதிகளில் வியாபாரங்கள் வலுத்திருக்கின்றன. வியாபாரம் பெருகப் பெருக நாட்டின் வளம் பெருகியிருக்கிறது. பல நாடுகளில் இருந்து வியாபாரிகள் தங்கள் பண்டங்களைக் கொண்டு வந்து கொடுத்து தங்கள் நாட்டில் கிடைக்காத பண்டங்களை இங்கிருந்து வாங்கிப் போயிருக்கிறார்கள். இப்படி வருகின்றவர்களது வசதிகளைத் தெரிந்தே கோயிலை ஒட்டிச் சந்தைகள் உத்ஸவங்கள், திருவிழாக்கள் எல்லாம் வளர்ந்திருக்கின்றன. பொருளாதாரக் கண் கொண்டு பார்த்தால் ஒவ்வொரு விழாவுமே ஒரு பெரிய சந்தைதான். கூட்டுறவு சம்மேளனம்தான்.

பல பக்கங்களிலிருந்தும் மக்கள் இப்படி வந்து கூடக் கூட நாட்டின் வளம், நகரத்தின் வளம் பெருகியிருக்கிறது. வந்தவர்களுக்கு உணவு அளிக்க அன்ன சத்திரங்கள் தோன்றியிருக்கின்றன. கோயிலை ஒட்டிக் குளங்கள், குளங்களை ஒட்டி நந்தவனங்கள் உருவாகி இருக்கின்றன, இவைகளை நிர்மாணித்தவர்கள் அவரவர்கள் காலத்திற்குப் பின்னும் இவைகள் சரியாக நடக்க நிலங்களை மான்யமாக வழங்கியிருக்கிறார்கள். 'நிபந்தங்கள்' ஏற்படுத்தியிருக்கிறார்கள். அவைகளைக் கோயிற் சுவரில் கல்வெட்டாக எழுதி வைத்திருக்கிறார்ர்கள். இப்படித்தான் தேவதானங்கள், தேவபோகங்கள் எல்லாம் எழுந்திருக்கின்றன.கோயில்களால் விவசாயம் விருத்தியடைந்திருக்கிறது.. கைத்தொழில் பெருகியிருக்கின்றது. கட்டிட நிர்மாணத்தில் கைதேர்ந்த தச்சர்கள், சிற்பிகள், வர்ண வேலைக்காரர்களுக்கு எல்லாம் தக்க ஆதரவாய் கோயில்கள் இருந்திருக்கின்றன. அதனால் பரம்பரை வேலைக்காரர்கள் பெருகி

இருக்கிறார்கள். மேலும், கோயில்கள் கலை நிலையங்களாக, கலைக் கூடங்களாக வளர்ந்திருக்கின்றன. இசையும் நடனமும் கோயில்களின் நித்யோத்சவத்தில் பங்கு பெற்றிருக்கின்றன. கல்விச் சாலைகள், பொருட்காட்சிச் சாலைகள் எல்லாம் கோயிலுக்குள்ளேயே அமைத்திருக்கிறார்கள். வியாக்யான மண்டபம், வியாகர்ண மண்டபம், சரஸ்வதி மண்டபங்கள் முதலியன கோயில்களுக்கு உள்ளேயே நிர்மாணிக்கப் பட்டிருக்கின்றன. தென்னார்க்காடு ஜில்லாவில் எண்ணாயிரத்திலும், செங்கற்பட்டு ஜில்லாவில் திருமுக்கூடலிலும் பெரிய பெரிய கலாசாலைகளே நடந்திருக்கின்றன. எண்ணாயிரம் கோயிலில் ஒரு சமஸ்கிருத பாடசாலை நடத்த முந்நூறு ஏக்கர் நிலம் மான்யமாக விடப்பட்டிருக்கிறது. 340 மாணவர்களுக்கு தங்க இடமும், உண்ண உணவும், உடுக்க உடையும் இனாமாக வழங்கப்பட்டிருக்கிறது. திருமுக்கூடல் பள்ளி இத்தனைச் சிறப்பு வாய்ந்ததாக இருக்கவில்லை என்றாலும் 60 பிள்ளைகள் படிக்க உதவியாக இருந்திருக்கிறது. ஆசிரியர்கள் பாடம் சொல்லிக் கொடுப்பதுடன், மற்ற பணிகளையும் செய்து ஊதியம் பெற்றிருக்கின்றனர். இப்படியே பல இடங்களில் பல கல்விச் சாலைகள் கோயில்களின் ஆதரவிலேயே நடந்து வந்திருக்கின்றன.

மக்களின் அறிவு விருத்திக்கு கல்விச் சாலைகள் ஏற்பட்டது போலவே மக்கள் உடல் நலத்தைப் பாதுகாக்க மருத்துவ சாலைகளும் கோயில்களுக்குள்ளேயே இருந்திருக்கின்றன. பதினோராம் நூற்றாண்டில் உள்ள ஒரு சோழர் கல்வெட்டிலிருந்து 15 படுக்கைகள், ஒரு மருத்துவர், ஒரு ரண வைத்தியர், இரண்டு தாதியர் இன்னும் இதர சிப்பந்திகள் கொண்ட ஒரு மருத்துவ சாலையே நடந்திருக்கிறது ஒரு கோயிலில் என்பது தெரியவருகிறது. மருந்துகளும் மூலிகைகளும் கூட அங்கு ஏராளமாய்ச் சேர்த்து வைக்கப்பட்டிருக்கின்றன. இதோடு கால்நடை மருத்துவசாலைகள் கூட கோயில் ஆதரவில் நடந்திருக்கின்றன என்றால் கேட்பானேன்.

கோயிலை ஒட்டி எழுந்த இந்த ஸ்தாபனங்களை நிர்வகிக்க ஸ்தானீகர்களும் காரியஸ்தர்களும் இருந்திருக்கின்றனர். பொருளைக் காவல் காக்க பண்டாரிகள், பூசைகள் எல்லாம் சரியாய் நடக்கிறதா என்று பார்க்க தேவகர்மிகள், இவர்களுக்கு எல்லாம் மேலே அதிகார புருஷர்கள், அவர்களுக்கு ஆலோசகர்கள் எல்லாம் இருந்திருக்கிறார்கள். இப்படி மக்களை எல்லாம் சமுதாய வாழ்விலும், கலை ஆர்வத்திலும், பொருளாதாரத் துறையிலும் ஒன்று சேர்க்கும் பெரிய நிலையமாக அல்லவா இக்கோயில்கள் உருவாகி இருக்கின்றன. இப்படிப்பட்ட ஒரு கலா நிலை யத்தை நடுநாயகமாகக் கொண்டே மக்கள் வாழ்வு சிறந்திருக்கிறது. என்றுமே சிறந்திருக்க இவை உதவுதல் கூடும் என்றும் நமக்குத் தெரிந்தால் போதாதா?

14. தென்னிந்தியக் கோயில் அமைப்பும் பண்பாடும் - மாளிகைகள்

ஐந்து ஆறு வருஷங்களுக்கு முன்பு நான் தஞ்சையில் உத்தியோகம் ஏற்றிருந்தேன். அப்போது கலைகளில் ஆர்வமுள்ள நண்பர் ஒருவர் என் வீட்டிற்கு வந்தார். அவரை அழைத்துக் கொண்டு தஞ்சைப் பெரிய கோயிலுக்குப் போனேன். உண்மையிலேயே அக்கோயில் பெரிய கோயில்தான். சோழ மன்னர்களில் மிகவும் பிரசித்தி பெற்ற ராஜராஜன் கட்டிய கோயில் அல்லவா அது? அகழி சூழ்ந்தும், அரணால் காக்கப்பட்டும், கோபுரம் வண்ண

மாடங்கள் எல்லாம் ஓங்கியும் இருக்கும் அக்கோயிலில் கோளாந்தகன் திருவாசல், ராஜரா-ஜன் திருவாசல் எல்லாம் கடந்து சென்றால் 500 அடி நீளமும், 250 அடி அகலமும் உள்ள வெளி முற்றத்திற்கு வந்து சேர்வோம். அங்குள்ள நந்தி மண்டபம், மகா மண்டபம் எல்லாம் கடந்துதான் கோயிலின் கருவறை வந்து சேரவேண்டும். அங்கு கோயில் கொண்டிருக்கும் பெருவுடையார் பெரிய உருவம் உடையவரே; 54 அடி சுற்றளவும், ஆறு அடி உயரமும் உள்ள ஆவுடையாரின் மேல் 17 அடி உயரத்தில் பெருவுடையார் உயர்ந்திருக்கிறார் என்றால் கேட்பானேன். இந்தக் கருவறைக்கு மேலே 216 அடி உயரத்தில் விமானம் உயர்ந்திருக்கிறது. அதனை ராஜராஜன் தட்சிண மேரு என்றே குறிப்பிட்டிருக்கிறான். இக்கோயில் அடி முதல் முடி வரை கல்லாலேயே கட்டப்பட்ட ஒன்று. விமானத்தின் மேல் வைத்திருக்கும் பிரமாந்திர தளக் கல் 25 சதுர அடியும், 80 டன் நிறையும் உடையது என்கிறார்கள். அதன் மேல் 12 அடி உயரமுள்ள பொன் போர்த்த ஸ்தூபி, 'உள்ளுவது எல்லாம் உயர்வு உள்ளல்' என்று வள்ளுவர் வகுத்த வழி நின்றல்லவர் இக்கலைக் கோயிலை உருவாக்கி இருக்கிறான், ராஜ ராஜன்! கலை உலகில் தமிழன் எவ்வளவு உயர்ந்தவன் என்பதை அல்லவா இக்கோயில் இன்றளவும். பறை சாற்றிக் கொண்டு நிற்கிறது.

இத்தனை விவரங்களையும் நண்பருக்கு எடுத்துச் சொன்னேன். கோயிலுக்குப் போய் சுவாமி தரிசனம் பண்ணித் திரும்பும்போது நண்பர் கேட்டார்: "இறைவனுக்கு என்று இத்-தனை பெரிய கோயிலைக் கட்டிய ராஜ ராஜன் தனக்கு என்றும் ஒரு மாளிகை அரண்-மனை கட்டியிருக்க வேண்டுமே? அந்த அரண்மனை எங்கிருக்கிறது? அதையும் பார்த்து விடுவோமே" என்றார். நான் அவருக்கு என்ன சொல்ல, எதைக் கொண்டு காட்ட? ராஜ ராஜன் மாத்திரம் என்ன, அவனுக்கு முன்னும் பின்னும் இருந்த சோழ அரசர்களும் தங்க-ளுக்கு என்று ஒரு அரண்மனை கட்டிக் கொள்ளவில்லையே. ஏதோ ராஜ ராஜனது சகோத-ரர் ஆதித்த கரிகாலன் காஞ்சியில் பொன் மாளிகை ஒன்று கட்டினான் என்றும், அங்குதான் ராஜ ராஜன் தந்தையாம் சுந்தரசோழன் உயிர்நீத்து, பொன் மாளிகை துஞ்சிய தேவன் என்-றும் பெயர் பெற்றிருக்கிறான் என்று சரித்திர ஆசிரியர் கூறுவர். காஞ்சிக்கே போய் இந்தப் பொன் மாளிகையைத் தேடி அலைந்தேன். அங்கும் பொன் மாளிகையையும் காணோம், மண் மாளிகையையும் காணோம். இன்னும் பழையாறைப் பட்டிச்சுரம் என்ற வட்டாரத்தில் சோழ மாளிகை என்று ஒரு கிராமமே இருக்கிறதே என்று கேள்விப்பட்டு, அங்கு நல்ல உச்சி வெயிலில் சென்று சோழ மாளிகையைத் தேடினேன். இந்த முயற்சியும் கானல் நீரா-கவே முடிந்தது. சொல்லப்போனால், இந்தச் சேர சோழ பாண்டியர்கள், அவர்களை எல்லாம் முந்திக் கொண்டு கோயில் கட்ட முனைந்த பல்லவ மன்னர்கள் எல்லாம் தங்கள் தங்க-ளுக்கு என்று மாளிகைகளே கட்டிக் கொள்ளவில்லை போலிருக்கிறது. எல்லாத் தமிழ் மன்-னர்களும் எல்லாம் வல்ல இறைவனுக்குக் கோயில் கட்ட முனைந்திருக்கிறார்களே அன்றித் தங்களுக்கு என்று மாளிகையோ, அரண்மனையோ கட்டிக் கொள்ளவில்லை என்று அறி-கிறபோது அவர்கள் நம் உள்ளத்தில் எவ்வளவு உயர்ந்து விடுகிறார்கள்! நித்யத்வம் பெறாத மனிதனுக்கு அரசனேயானாலும், மாளிகை எதற்கு என்றல்லவா எண்ணிவிட்டார்கள். என்-றும் நித்தியனாய் இருக்கும் இறைவனுக்கே கோயில்கள் கட்டி, கலை உலகில் நித்யத்வம் பெற்று விட்டார்கள் இவர்கள்.

இந்தத் தமிழ் மன்னர்களுக்குப் பின் தமிழ் நாட்டை ஆளவந்த விஜய நகரத்து நாயக்க மன்னர்களே கோயில்கள் கட்டுவதோடு மாளிகைகளையும் கட்டியிருக்கிறார்கள். அப்படி அவர்கள் கட்டிய கைகளில் ஒன்றிரண்டே இன்று தஞ்சையிலும், மதுரையிலும் நாயக்க மன்னர் மாளிகைகளாகக் காட்சி தருகின்றன. இந்த மாளிகைகளைப் பற்றித் தெரிவதற்கு முன்னாலே நமது பழைய இலக்கியங்களில். சிற்ப சாஸ்திரங்களில் இந்த மாளிகை நிர்மா-ணத்தைப் பற்றி என்ன சொல்லியிருக்கிறது என்று தெரிந்து கொள்ளலாம்தானே?

சங்க இலக்கியங்களைப் புரட்டினால் அங்கெல்லாம் இயற்கை அழகையும், இறைவன் நிறைவையும், ஆடவர் இயல்பையும், மகளிரது. ஒழுக்கத்தையும், அரசர்களது கொடையை-யும், வீரத்தையும், பெரியோரது சான்றாண்மையையும் குறித்துப் பெரிதும் பேசப்பட்டிருத்தல் காண்போம். மன்னர்களது வாழ்வினைக் குறிக்கும்போது அவர்கள் வாழ்ந்த இடங்களை-யும் குறித்திருக்கிறார்கள் என்றாலும், பெரிய மாளிகைகளைப் பற்றி விரிந்த விளக்கங்கள் கிடைப்பதில்லை. பஞ்ச காவியங்களில் ஒன்றான சிலப்பதிகாரத்தில் ஆடகமாடமும், தானிய மாளிகையும் வர்ணிக்கப்படுகிறது. இதில் கூட, ஆடகமாடம் திருவனந்தபுரத்திலுள்ள அனந்த சயனரது கோயிலாகவே இருக்க வேண்டும் என்பர் ஆராய்ச்சியாளர்.

ஆடகமாடத்து அறிதுயில் அமர்ந்தோன்
சேடம் கொண்டு சிலர் நின்று ஏத்த என்றும்,
ஆடகமாடத்து அரவணை கிடந்தோம்
சேடக்குடும்பியின் சிறுமகள் ஈங்கு உளள்

என்றுமே குறிக்கப்படுகிறது. இவற்றைப் பற்றி எல்லாம் ஆராய்ந்த அறிஞர்கள் ஆடக-மாடம் தன்னகத்கே திருமால் கோவிலைக் கொண்ட அரண்மனையின் ஒரு பகுதியே என்று முடிவு கட்டுகின்றனர். இன்னும் ஆடகமாடம் என்பது அரண்மனை மாதர் உறையும் அந்-தப்புரம் என்றும் கூறுவர். இதற்கு ஆதாரமாக,

வேடகம் சேர்ந்த வெங்கானம்
விடலைபின் மெல்லடிமேல்
பாடகம் தாங்கி நடந்தது
எவ்வாறு கொல்? பாழிவென்ற
கோடக நீள் முடிகோன்
நெடுமாறன் தென் கூடரின் வாய்
ஆடமாடம் கடந்தறியாத
என் ஆரணங்கே

என்ற இறையனார் அகப்பொருள் பாடலையும் சான்று காட்டுவர். இப்படியே அரண்-மனையின் ஒரு பகுதியை தமனிய மாளிகை என்றும், கனக மாளிகை என்றும் குறிக்-கின்றனர், வடநாடு சென்று, ஆரிய அரசரை வென்று, கனக விஜயர் தலையில் பத்தினிக் கடவுளின் திருவுருவம் சமைக்க கல்லை ஏற்றி வஞ்சி நகருக்கு வெற்றியோடு திரும்பும் சேரன் செங்குட்டு வனை எதிர்கொண்டழைக்க அரசி அரண்மனைப் பகுதிகளைக் கடந்து வந்தனள் என்பர் இளங்கோவடிகள்.

படுதிறை சூழ்ந்த பயங்கெழு மாநிலத்து
இடைநின்று ஓங்கிய நெடுநிலை மேருவிற்

கொடி மதில் மூதூர் நடுநின்று ஓங்கிய
தமனிய மாளிகைப் புனைமணி அரங்கின்
வதுவை வேண்மாள் மங்கல மடந்தை
மதியோர். வண்ணம் காணிய வருவழி

என்று சிலப்பதிகாரம் கூறுகிறது. இக்கனக மாளிகையில் கிடந்த கட்டிலையும் விட்டு விடவில்லை அடிகளார்.

கதிர் செலவு ஒழித்த கனகமாளிகை
முத்து நிரைக் கொடித் தொடர் முடுவது
வணைகிய
சித்திர விதானத்து, செப்பூங்காவின்
இலங்கு ஒளி வைரமொடு பொலந்தகடு போகிய
மடையமை செறுவின் வான் பொற்கட்டில்
புடைதிறை தமனியப் பொற்கால் அமளி
என்றே விளக்கமாக உரைப்பார்.

இப்படித்தான் ஆடகமாடமும் கனகமாளிகையும் குறிக்கப்படுகிறது சிலப்பதிகாரத்தில், மேலும் செங்குட்டுவன் ராஜ சூய யாகம் செய்ய முனைந்தபோது, எல்லா வசதிகளும் நிறைந்த வேள் ஆவிக்கோ மாளிகை ஒன்றையும் குறிப்பிடுகிறான். இது ஆவிக்கோ என்ற பிரபுவின் மாளிகையாக இருக்க வேண்டும் என்றும் கூறுவர். இவ்வண்ணமே மாளிகை-களைப் பற்றிய தகவல்கள் பழம் பெரும் காப்பியமான சிலப்பதிகாரத்தில் கிடைக்கின்றன நமக்கு.

கவிச்சக்கரவர்த்தி கம்பனது இராம கதையைப் புரட்டினால், அயோத்தி நகர மாளி-கைகளின் வர்ணனைகளைப் பார்க்கலாம். 'திங்களும் கரிது என, வெண்மை தீற்றிய சங்க வெண் சுதை உடைத் தவள மாளிகையை' வர்ணிப்பான் ஒருதரம். 'புள்ளி அம்புறவு இறை. பொருந்தும் மாளிகை தள்ள அரும் தனியத் தகடு வேய்ந்திருந்தது' என்பான் மறுதரம். இன்னும் இம்மாளிகைகள் 'சந்திர காந்தத்து தாளம் வேய்ந்து, பந்திருக்க தூண்கள் பவளப் போதிகை ஏந்தி நின்றன' என்பான். அயோத்தியைவிட்டு இலங்கைக்கு வந்தாலோ,

பொன் கொண்டு இழைத்த
மணியைக் கொடு பொதிந்த
மின் கொண்டமைத்த
வெயிலைக் கொடு சமைத்த
என் கொண்டியற்றிய
எனத் தெரிகிலாத
வன் கொண்டல் விட்டு
மதி முட்டுவன மாடம்

என்றே வர்ணிக்க முற்பட்டு விடுவான்.

இலக்கிய உலகில் இருபெரும் புலவர்களாம் இளங்கோவும் கம்பனும் குறிக்கின்ற மாளி-கையைப் பார்த்தோம். இனி விஸ்வகர்ம வாஸ்து சாஸ்திரத்தில் இம்மாளிகை அமைப்பு எப்-படி இருக்கிறது என்றும் பார்த்துவிடலாமே! அரசர்கள் வசிக்கத் தகுந்த அரண்மனைகள்,

மற்ற பிரமுகர்கள் வசிப்பதற்கென கட்டும் மாளிகைகள் என்று இரண்டு பிரிவில் இக்கட்டிடக் கலை விவரிக்கப்பட்டிருக்கிறது. அரண்மனைகள் நகர மத்தியில் அல்லது அதற்கென ஒதுக்கப்பட்ட தனி இடத்தில் கட்டப்பட வேண்டும். அநேகமாக அரண்மனை சதுரமாகவே இருத்தல் வேண்டும். நீண்ட சதுரமாகவும் இருக்கலாம். நகரத்தின் அளவில் எட்டில் ஒரு பங்குக்கு மேற்படாத எல்லைக்குள்ளே தான் கட்டப்பட வேண்டும். நீள அகலம் 500 தண்டங்களுக்கு, அதாவது ஆயிரம் கெஜத்துக்கு மேற்பட்டிருத்தல் கூடாது, கட்டிடத்துக்கு மாடிகள் இருக்கலாம். விசாலமான கூடங்களும், அரண்மனைக் கட்டிடத்திற்கு முன்னாலே அகன்ற முற்றமும், அரண்மனை வாயிலில் ஒரு பெரிய போர்டிகோவும் அமைத்தல் வேண்டும். அரண்மனையின் உள்ளே விசாலமான, பெரிய பெரிய அலங்காரத் தூண்களோடு கூடிய, வரவேற்பு மண்டபம் இருக்க வேண்டும். கல்லிலோ மரத்திலோ அல்லது சுதையிலோ செய்த தூண்களாக இருக்கலாம். அங்கு கண்ணாடிகள், ஆசனங்கள் எல்லாம் சிறப்பாக அமைய வேண்டும். சிம்மாசனத்தைப் பற்றியோ கேட்கவே வேண்டாம். ஏழு வகை சிம்மாசனங்கள் வர்ணிக்கப்படுகின்றன. சிம்மாசனம், பத்ராசனம், கூர்மாசனம், வீராசனம், மனாசனம், விஜயாசனம், பாண்யாகாசனம் என்பவை அவை. சிம்மாசனத்தின் கைபிடிகள், பிரபாவலி எல்லாம் சிறந்த வேலைப்பாடு உடையனவாக இருத்தல் வேண்டும். அடுத்து முக்கிய கவனம் செலுத்த வேண்டுவது அரண்மனைப் பெண்கள் தங்கும் அந்தப்புரம். அங்கு அமைக்கும் ஜன்னல்கள் எல்லாம் உள்ளேயிருந்து. வெளியே நடக்கும் காரியங்களைப் பார்க்கக் கூடியவைகளாகவும், வெளியே இருந்து பார்ப்பவர்களுக்கு உள்ளே இருப்பவர்களைக் காண முடியாத வகையிலும் அமைந்திருக்க வேண்டும். இப்படி ஒன்பது வகை சன்னல்கள் சாளரங்கள் அமைப்பது குறித்தும் சொல்லப்பட்டிருக்கிறது. பத்ம பத்ரம், கஜநேத்ரம், கடம், தனுபாதம், மிருசிநேத்ரம், பர்வதம், சுகநாசம், பஹீரந்திரம், துர்காஸ்யம் என்பன அவை. இன்னும் படுக்கை அறைகளைப் பற்றியும் விரிவாகவே சொல்லப்பட்டிருக்கிறது. அவை அரண்மனைக் கட்டிடத்தின் முன் பகுதியிலேயே இருக்கலாம். வேனல் காலத்தில் குளிர்ச்சி உடையதாகவும், குளிர் காலத்தில் வெப்பமுடையதாகவும் இருக்க வேண்டும். ஆம்; Air Condition எல்லாம் பண்ணத் தெரியாத காலத்தில் எழுதி வைக்கப்பட்டதல்லவா இது. சன்னல்கள், கட்டில்கள், மெத்தைகள், விரிப்புகள், விளக்குகள் எல்லாம் எப்படி எப்படி இருக்க வேண்டும் என்றெல்லாம் விஸ்தாரமாகவே கூறப்பட்டிருக்கின்றன. அரண்மனையில் வஸந்த மாளிகை என்ற பகுதியும் இருத்தல் வேண்டும். இதுதான் அரசர்களது ‘சம்மர் ரிஸார்ட்.’ அரண்மனை வாயில்கள் எவ்வளவு சிறப்பாக இருக்க வேண்டும் என்று சொல்ல வேண்டியதில்லை அல்லவா? நன்கு அகன்று உயர்ந்து சிறந்த வேலைப்பாடுகளுடன் அமைய வேண்டும். பன்னிரெண்டு வகை வாயில்களைப் பற்றி வாஸ்து சாஸ்திரம் கூறுகிறது. லக்ஷ்மி துவாரா, கந்தர்வ துவாரா, விஸ்வதர்ம துவாரா, வைசிராவண துவாரா, வகுண துவாரா, வாசவ துவாரா, சங்கர துவாரா, விஷ்ணு துவாரா, பிரம்ம துவாரா, ஆரிய துவாரா, சந்திர துவாரா, ரிஷி துவாரா என்பவை அவை. எந்த எந்தப் பகுதிக்கு எந்த எந்த வாயில்கள் அமைக்க வேண்டும் என்றும் நியதி உண்டு. இவைகளை விவரிப்பது இந்தக் குறைந்த காலத்தில் இயலாத காரியம். பிரதான வாயில்களில் எல்லாம் வெள்ளித் தகடு, பொன் தகடு போர்த்தலாம். சிறந்த வேலைப்பாடுகளையும் செய்யலாம். வாயில்களின் பேரில். அமைக்கும் தோரணங்களில் தான் எத்தனை எத்தனை வகை. அரண்மனை அமைப்புக்களைப் பற்றி மானசாரம்,

காஸ்யப், சில்பம், மாய மதம், நாரத சில்ப நூல்கள் விரிவாகக் கூறுகின்றன, அவகாசமுள்ளவர்கள், ஆர்வமுள்ளவர்கள் படித்துத் தெரிந்து கொள்ளலாம். அரண்மனையை அடுத்தே வங்கி என்னும் பெயரில் சேனாதிபதியின் மாளிகையும் அமைத்தல் வேண்டும். அரண்மனை வைத்தியர்கள், புரோகிதர்களுக்கும் தனிக் கட்டடம் கட்டிக் கொடுக்க வேண்டும். நியாயஸ்தலம் கூட அரண்மனைக்கு ஒதுக்கப்பட்ட இடத்திலேயே இருப்பது நல்லது. ஈசான திசையிலே அரண்மனையைச் சேர்ந்த தனிக் கோயில் எழ வேண்டும். இன்னும் கஜானா, காவற்கூடம், யானை கட்டுந்தறி, குதிரை லாயம், ஏனைய பிறவும் இருத்தல் வேண்டும். இத்தனையையும் சுற்றி ஒரு கோட்டை அக்கோட்டையைச் சுற்றி ஒரு அகழியும் அமைக்க வேண்டும். கோட்டைச் சுவர்கள், வாயில்கள், காவலாளர் தங்குமிடம், அகழியின் பேரில் உயர்த்தவும் தாழ்த்தவும் கூடிய தொங்கு மரப் பாலங்கள் அமைத்தல் எல்லாவற்றைப் பற்றியும் கூறப்பட்டிருக்கின்றன.

அரண்மனைகளைத் தவிர மற்ற மாளிகைகள் கட்டுவதைப் பற்றியும் விவரிக்கப்பட்டிருக்கின்றன. சாதாரண மாளிகையை பவனம் என்றும், கொஞ்சம் பெரியதை ஹர்மயம் என்றும் மிகப் பெரியதை பிரசாதம் என்றும் அழைத்திருக்கிறார்கள். தேவப் பிரசாதம் என்றால் கோயில் என்று பொருள்படும் என்பதையும் அறிகிறோம். அரண்மனைகளை விவரித்தது போலவே மாளிகைக் கட்டிட நிர்மாணமும் விரிவாகக் கூறப்பட்டிருக்கிறது. இந்த அரண்மனை மாளிகைக் கட்டிட நிர்மாணத்தை ஞாபகத்தில் வைத்துக் கொண்டு செஞ்சிக் கோட்டையில் உள்ள அரண்மனைகள், மாளிகைகள், கல்யாண மகால்களைப் பார்க்கலாம். கன்யாகுமரி மாவட்டத்திலே உள்ள பழைய பத்மநாபபுரம் அரண்மனையையும் அதையடுத்த மாளிகைகளையும் பார்த்துத் தெரிய வேண்டியவைகளைத் தெரிந்து கொள்ளலாம். மைசூரில், திருவனந்தபுரத்தில், புதுக்கோட்டையில் கட்டியிருக்கும் அரண்மனைகள் எல்லாம் பத்தொன்பது, இருபதாம் நூற்றாண்டின் கட்டிடக் கலைச் சிறப்பைக் காட்டுவன. பழைய கட்டிடக் கலை நிமாணத்திற்கு எடுத்துக் காட்டாக இலங்குபவை அல்ல.

இவைகளைத் தவிர, இன்று நம் கண் முன் நிற்கும் ஒரு சில மாளிகைகள், நாயக்க மன்னர்கள் கட்டிய மாளிகைகள். இவைகளைப் பற்றிக் கூறாவிட்டால் இந்தப் பேச்சு பூரணத்வம் பெற்றதாகாது. சேர சோழ பாண்டியர்கள், பல்லவ மன்னர்கள் எல்லாம் கோயில்களைத் தேவப் பிரசாதமாகக் கட்டி முடித்தார்களே ஒழிய, தங்களுக்கும் தங்கள் சந்ததிக்கும் தனி மாளிகை, கட்டிக் கொள்ளவில்லை என்பதையும் அறிகிறோம். ஆனால், பதினாறு பதினேழாம் நூற்றாண்டுகளில் தமிழகத்தை ஆண்ட நாயக்க மன்னர்கள் கோயில்களைக் கட்டியதோடு, கோயிலுக்கு கோபுரம், நூற்றுக்கால் மண்டபம், ஆயிரக்கால் மண்டபம் எல்லாம் அமைத்ததோடு, தங்களுக்கு மாளிகைகளும் கட்டத் தவறவில்லை. இவர்கள் கட்டிய அரண்மனைகளும், மாளிகைகளும் இன்றைய மைசூர், பரோடா, ஜெய்ப்பூர், உதயப்பூர் முதலிய மன்னர்கள் கட்டியிருப்பவைகளைப் போல பெரிய மாளிகை அல்லதான்.

இந்திய நாட்டிலேயே மொகலாய மன்னர்கள் காலத்தில்தான் இந்த மாளிகை கட்டும் கலை சிறப்பாக வளர்ந்திருக்கிறது. காதற் கனவான தாஜ்மகால் ஆக்ராவிலும், செங்கோட்டை டில்லியிலும் அங்கிருந்து அரசாண்ட அந்த மன்னர்களின் கலை ஆர்வத்திற்கு இன்றும் சான்று பகர்கின்றன. இவைகளை எல்லாம் இந்தியப் பண்பாட்டிற்கு எடுத்துக்காட்டாகக் கூற முடியாது. இவர்கள் கையாண்ட முறையெல்லாம் சார் சானிக் பாணி என்-

பார்கள். தமிழ்நாட்டில் இருந்த நாயக்க மன்னர்கள், இந்தியப் பாணியையும் சார் சானிக் பாணியையும் கலந்தே தம் மாளிகைகளை அமைத்தார்கள். இந்த முறையில் அமைத்த மாளிகைகளில் நம் கண் முன் இன்றிருப்பவை எல்லாம் தஞ்சை அரண்மனையும், மதுரை திருமலை நாயக்கர் மகாலும்தான். தஞ்சை அரண்மனைக்குள் நுழைந்ததும் நாம் காண்பது கோணலும் மாணலுமான அறைகளும், அழகே இல்லாத வளைவுகளும் (ஆர்ச்சுகளும்) தான். வெளி முற்றத்தைக் கடந்து அரண்மனை தர்பார் ஹாலுக்குப் போகுமுன், ஒரு இடத்தைச் சுட்டிக் காட்டி அதைச் 'சோழபங்க்' என்பார்கள். இருட்டடித்துக் கிடக்கும். அந்த அறை சோழ சாம்ராஜ்யத்துக்கோ அல்லது புகழ் பெற்ற சோழ மன்னர்களுக்கோ பெருமை தருவதாக இல்லை. தர்பார் ஹால் வேண்டுமானால் பார்க்கத் தகுந்ததாக இருக்கும். நாயக்க மன்னர்களில் பிரசித்தி பெற்ற ரகுநாத நாயக்கர். சேவப்ப நாயக்கர், விஜயராகவ நாயக்கர் காலத்தில் கட்டப்பட்டிருக்க வேண்டும். இவர்களில் விஜயராகவ நாயக்கர் சோழர் அடியொற்றி பழையபடி கோயில்கள் கட்டுவதிலேயே முனைந்திருக்கிறான். மாயூரத்து புஷ்ய மண்டபம், திருவிடை மருதூரில் வீர சோழன் ஆற்றங்கரையில் கட்டப்பட்ட மண்டபம், மன்னார்குடி ராஜகோபாலன் கோயில் மண்டபங்கள் எல்லாம் இவன் கட்டியவையே என்று சரித்திரம் கூறும். தஞ்சை அரண்மனையில் உள்ள காவல், கூடமும் எழு நிலை மாடமும் கம்பீரமானவை. இவைகளை எல்லாம் தூக்கி அடிப்பதே அங்குள்ள சங்கீத மகால். சேவப்ப நாயக்கர் காலத்தில் கட்டப் பட்டிருக்க வேண்டும். மைக் முதலிய கருவிகளின் துணையில்லாமலேயே ஹால் முழுவதும் ஒருபடித்தாய் இசை கேட்கும் முறையில் கட்டப்பட்டிருக்கிறது. ரகுநாத அத்பூதயம் என்ற நூலிலே இம்மாளிகையின் வனப்பு பலப்படப் புகழ்ந்து பேசப்பட்டிருக்கிறது. கட்டிடக் கலையில், அதிலும் சினிமாக் கொட்டகை கட்டும். கலையில் ஆர்வம் உடையவர்கள் சென்று காண வேண்டிய ஒன்று.

மதுரை திருமலை நாயக்கர் மகாலைப் பற்றியோ கேட்கவே வேண்டாம். பெரிய பெரிய பிரமாண்டமான தூண்கள், அழகான 'ஆர்ச்சுகள்', விதானங்கள் எல்லாம் அமைந்தவை. மதுரை மீனாட்சி கோயிலை விரிவு செய்து புது மண்டபம் முதலியனை கட்டும்போதே இந்த மஹாலையும் திருமலை நாயக்கன் கட்டியிருக்க வேண்டும். பதினேழாம் நூற்றாண்டின் கட்டிடக் கலைக்கு ஒரு சிறந்த எடுத்துக்காட்டு. இவற்றை எல்லாம் பார்த்த பின்தான் இன்று கட்டிடக் கலை எவ்வளவு தாழ்ந்த நிலையில் இருக்கிறது என்பது தெரியும், சிமெண்டும். கர்டரும் கான்கிரீட்டும் வைத்து மொட்டை மொட்டையாய் கட்டடம் கட்டவே கற்றிருக்கிறார்கள் நமது கொத்தர்கள். பழைய பாணிகள் இவர்களுக்கு அழகாகப்படுவதில்லையோ, அல்லது கட்டும் திறமையை இழந்துவிட்டார்களோ அறியோம். கலை அழகோடு கூடிய பழைய பாணியையும் புதிய முறைகளையும் கலந்து கையாளத் தெரிந்தால் கட்டிடக் கலை வளரும். வளர வேண்டும் என்றே தமிழர்கள், தமிழ்க் கலைஞர்கள் விரும்புகிறார்கள்.

15. தமிழர் பண்பாடு சிற்பத்தில் - ஓவியத்தில்

சுமார் ஆயிரம் வருஷங்களுக்கு முன் ஒரு நாள் மாலை சோழ சாம்ராஜ்ய சக்கரவர்த்தியான ராஜ ராஜன் தஞ்சை நகரப் புறத்தில் உலாவப் புறப்படுகிறான். உடன் புறப்படுகிறாள் அவனது தமக்கை குந்தவை தேவியார். அப்போதுதான் அவன் திக்விஜயம் செய்து வெற்-

றியோடு திரும்பியிருக்கிறான், சேரர், பாண்டியர், பல்லவர், சாளுக்கியர் எல்லோரையும் வென்று அவரவர் நாடுகளையும் சோழ மண்டல ஆட்சியின் கீழ் கொண்டு வந்திருக்கிறான். காந்தளூரில் கலம் அறுத்து பாண்டியன் அமரபுஜங்கனை முறியடித்து, வெங்கி நாட்டையும, கங்கபாடியையும் அடிமை கொண்டு, நுளம்பப்பாடியைக் கைப்பற்றி, குடமலை நாடு, கொல்லம், கலிங்கத்தின் மேலும் படைகொண்டு சென்று வெற்றியைத் தனதாக்கிய தோடு அவன் நிற்கவில்லை. கடல் கடந்து ஈழ நாட்டையும் மும்முடிச் சோழ மண்டலமாக்கி, இன்னும் அலைகடல் நடுவில் பல கலஞ்செலுத்தி முந்நீர்ப் பவழந்தீவு பன்னீராயிரத்தையும் கைக் கொண்டு ஜெயங்கொண்ட சோழனாகத் திரும்பியிருக்கிறான். இப்படி அகண்ட தமிழகம் ஒன்றையே உருவாக்கிய வெற்றிப் பெருமிதத்தோடு நடக்கிறான் ராஜராஜன். தம்பியின் வெற்றியைப் பாராட்டிப் பேசிக் கொண்டே துணை வருகிறாள் தமைக்கையார். இப்படிப் பேசிக் கொண்டே வழி நடந்து இருவரும் வந்து சேர்கிறார்கள் ஒரு சோலைக்கு. அங்கே தனித்து இருந்த தளிக் குளத்தையும் அதில் இறைவன் லிங்கத் திருவுருவில் கோயில் கொண்டிருப்பதையும் காணுகிறார்கள். 'விண்ணிறைந்து மண்ணிறைந்து மிக்காய் விளங்கு ஒளியாய் எண்ணிறந்து எல்லை இலாதானாய்ப் பரந்து நிற்கும் இறைவனுக்கா இத்தனை சிறிய கோயில் - இந்த பெரிய சோழ சாம்ராஜ்யத்தில்?' என்று நினைக்கிறான் ராஜராஜன். அப்படியே நினைக்கிறாள் தமக்கையும், "தம்பி இப்படி ஒரு சிறு கோயில் தஞ்சைத் தலைநகரிலே இருப்பது உனது புகழுக்கு ஏற்றதாகுமோ?" என்று கேட்கிறாள் அவள். "அக்கா! அப்படியேதான் நினைக்கிறேன் நானும். ஆதலால் இந்தத் தளிக் குளத்து இறைவனையே தஞ்சை பெரு உடையராக அமைத்து அப்பெரிய உருவிற்கு ஏற்ற வகையில் பெரிய கோயில் ஒன்றையும் கட்டிவிட வேண்டியதுதான்" என்று கூறுகிறான். அன்றே கோயில் கட்டும் பணி துவங்குகிறது. 800 அடி நீளமும், 400 அடி அகலமும் உள்ள ஒரு பரந்த வெளியிலே ஏழு வாயில்கள், மகா மண்டபம், அர்த்த மண்டபம், நர்த்தன மண்டபம், தாபன மண்டபங்கள் எல்லாம் அமைத்து, நல்ல விசாலமான கருவறை ஒன்றையும் கட்டி, அதன் மேல் 216 அடி உயரத்தில் தக்ஷிணமேரு என்னும் விமானத்தையும் உயர்த்தி அந்த விமானத்தின் பேரில் 80 டன் நிறையுள்ள பிரமரந்திர தளக் கல்லையும் பரப்பி அதன் பேரில் பொன் போர்த்த ஸ்தூபியையும் நிறுவி கோயில் கட்டி முடித்திருக்கிறான் ராஜ ராஜன், அக்கோயிலிலே 84 அடி சுற்றளவுடைய ஆவுடையாரில் 17 அடி உயரமுள்ள லிங்கத் திரு உருவையும் பிரதிஷ்டை செய்கிறான். பெரு உடையார் எனப் பெயரிட்டு வணங்குகிறான். இப்படித்தான் சிறியன சிந்தியாத ராஜராஜன் பெருஉடையாருக்கு கோயில் கட்டிய தன் மூலம் அகண்ட தமிழகத்தைத் தன் ஆட்சியின் கீழ் கொண்டு வந்த பெருமையைவிட உயர்ந்த தமிழ்கத்தை உருவாக்கியவன் என்ற புகழுக்கு உரியவன் ஆகிறான். தமக்கையும் "தம்பி! அன்று வள்ளுவன் சொன்னான்; 'உள்ளுவது எல்லாம் உயர்வு உள்ளல்' என்று, அதற்கேற்ப உயர்ந்த எண்ணமே உன் உள்ளத்தில் நிறைந்து உயர்ந்ததொரு கோயிலையே உருவாக்கி இருக்கிறது" என்கிறாள் பெருமிதத்தோடு. ஆம், தமிழன் எண்ணமெல்லாம் உயர்ந்தவை. அவன் எடுத்து முடித்த காரியங்கள் எல்லாம் உயர்ந்தவை. அவன் வளர்த்த பண்பாடு உயர்ந்தது. அந்தப் பண்பாட்டை உருவாக்கும் கவிதை, காவியம், இசை, நடனம், சித்திரம், சிற்பம் எல்லாம் உயர்ந்தவைதான்.

தமிழ்நாட்டில், வளர்ந்த சித்திரங்கள் தமிழனது பண்பாட்டை எவ்வகையில் எடுத்துக் காட்டுகின்றது என்பதை முதலில் பார்க்கலாம். சித்திரக் கலையை ஏதோ ஒரு தொழில் என்று மட்டும் கருதாது நல்ல யோக சாதனமாகவே கருதியவர்கள் தமிழர்கள். மேலை நாட்டில் புகழ்பெற்ற சித்ரீகர்கள் எல்லாம் புறக்கண் பார்த்ததையே வண்ண வண்ணச் சித்திரங்களாக எழுதிக் காட்டினர். ஆனால், தமிழனோ ஒவ்வொரு காட்சியையும், அகக் கண்ணால் கண்டு அதை இதய வெளியிலே எழுதிய பின்னர் தானே சுவரிலோ துணியிலோ தீட்ட முனைந்திருக்கிறான். 'உயிராவணம் இருந்து உற்று நோக்கி. உள்ளக் கிழியில் உரு' எழுதிய ஓவியர்களை நாவுக்கரசர் பாராட்டத் தவறவில்லை. எல்லா அருங்கலைகளையும் போல, சித்திரக்கலையும் தமிழ்நாட்டில் சமயச் சார்புடையதாகவே வளர்ந்திருக்கிறது. தெய்வத் திருவுருவங்களைத் தீட்டுவதிலேயே சித்ரீகர்கள் அக்கறை காட்டி வந்திருக்கின்றனர். இப்படி அருங்கலை வளர்ப்பதில் முன்னிற்கும் பெருமையை, அந்தப் பல்லவ மன்னர்களே தட்டிக் கொண்டு போய் விடுகிறார்கள். இந்திய நாட்டின் சித்திரக் கலைக்கு சிறந்த நிலையமாக அஜந்தா ஓவியங்கள் அந்தப் பழைய சாளுக்கியர்களால் உருவாக்கப்பட்டதை ஒட்டி தமிழ்நாட்டிலும் ஒரு அஜந்தாவை உருவாக்கியிருக்கிறான் பல்லவ மன்னன் மகேந்திரவர்மன், சமணனாக இருந்தவன் சைவனாக மாறுமுன் அமைத்த குடைவரையே தொண்டைமான் புதுக்கோட்டையை அடுத்த சித்தன்னவாசல். அக்குடைவரைக் கோயிலின் உள் மண்டபச் சுவர்களிலே உள்ள சித்திரங்கள் அழகானவை; விதானத்திலே சித்திரித்திருக்கும் சாமவ சரவணப் பொய்கை, சமணர்களது மோக்ஷ சாம்ராஜ்யம் என்றே கூறுகின்றனர். அங்குள்ள மகேந்திரவர்மனது வடிவிலோ ஒரு கம்பீரம். நடன மாதரது கோலங்களிலோ அழகு பொங்கும். இந்த மகேந்திர வர்மன் காலத்தியதே பனைமலைக் கோயிலும் அங்குள்ள கந்தர்வர்களின் சித்திரங்கள் பிரசித்தமானவை. இவனது அடி ஒட்டியே காஞ்சி கைலாசநாதர் கோயிலின் திரு உண்ணாழிப் பிரகாரத்தில் சில சித்திரங்களைத் தீட்டி வைத்திருக்கிறான் ராஜசிம்ம பல்லவன். அங்குள்ளவற்றில் இன்று காணக் கிடைப்பது ஒன்று மகாபுருஷரின் நின்ற கோலம், மற்றொன்று சிவனுடைய சோமாஸ்கந்த வடிவம். இரண்டுமே சிதைந்து இருந்தாலும் பண்டைத் தமிழரின் சித்திரக் கலைக்கு அவை சிறந்த சான்று பகர்கின்றன, அழியா வண்ணத்தில் தீட்டிய அமர ஓவியங்கள் என்று மட்டும் இவற்றிற்குப் பெருமை இல்லை. நல்ல கம்பீரமும், வண்ணக் கோலமும், உயர்ந்த எண்ணங்களையுமே பிரதிபலிக்கும் சித்திரங்கள் அவை.

பல்லவர் காலத்துக்குப்பின் தமிழ்நாட்டை ஆண்ட சோழ மன்னர்களது ஆதரவில் சித்திரக் கலை சிறப்பாகவே வளர்ந்திருக்கிறது. அக்காலத்தே நுண்ணிதில் உயர்ந்து நுழைந்த நோக்கின் கண்ணுள் வினைஞராம் ஓவியர் பலர் இருந்தனர் என்று இலக்கியங்கள் மூலம் அறிகின்றோம். கலை வளர்த்த காவலனான ராஜராஜன் காலத்தில் இச்சித்திரக் கலை சிறப்புற்றதில் வியப்பில்லை, தஞ்சை பிரகதீஸ்வரர் கோயில் கருவறையைச் சுற்றிய பிரகாரத்திலே அழகிய சித்திரங்கள் பல தீட்டப்பட்டிருக்கின்றன. எல்லாவற்றையும் தூக்கி அடிக்கும் வகையில் திரிபுராந்தகன் கோலம் அற்புதச் சித்திரம். பூமியாகிய தேரில் பிரமன் தேர்ப்பாகனாக இருந்து ஓட்ட கணேசன், கார்த்திகேயன், துர்க்கை முதலியவர்கள் துணை வர, இறைவன் போருக்குப் புறப்படும் காட்சி சித்திர உலகத்திலேயே ஒரு அரிய சாதனை. உள்ளுவதெல்லாம் உயர்வுள்ளல்' என்று வள்ளுவன் வகுத்த தமிழ்ப் பண்பாட்டின் இலக்கணத்திற்கு நல்-

லதொரு கலைப் படைப்பு அது. இதில் ஒரு விசேஷம் என்னவென்றால், இந்தச் சித்திரங்களின் பேரில் நல்ல சுண்ணாம்பைப் பூசி பின் வந்த நாயக்கர் காலத்துச் சித்ரீகர்கள் அவர்கள் கைத்திறனைக் காட்டியிருக்கிறார்கள். ஏதோ தமிழன் செய்த பூர்வ புண்ணிய வசத்தால் அந்தக் காறை எல்லாம் பெயர்ந்து விழுந்து பழைய சோழச் சித்திரங்களே. நமக்குப் பார்க்கக் கிடைக்கின்றன.

ராஜராஜனது மகன் கங்கை கொண்ட சோழனோ அல்லது அவன் பெயரன் ராஜாதித்யனோ இச்சித்திரக் கலை வளர்ச்சியில் அக்கறை காட்டியதாகத் தெரியவில்லை. திருநெல்வேலி மாவட்டத்திலே திருமலைபுரத்திலே பாண்டியர் காலத்திய சித்திரங்கள் சில கிடைத்திருக்கின்றன. இன்னும் விஜய நகர நாயக்க மன்னர்கள் தமிழ்நாட்டில் பல கோயில்களை விரிவாக்கி கோபுரங்களை உயர்த்தி கலை வளர்ப்பதில் ஆர்வம் காட்டியிருக்கிறார்கள். இவர்கள் காலத்திய உருவங்கள், சித்திரங்கள் எல்லாம் சிறப்பு வாய்ந்தன என்று சொல்ல முடியாது. கன்னியாகுமரி மாவட்டத்தைச் சேர்ந்த பத்மநாபபுரம் அரண்மனையில் உள்ள சுவர்ச் சித்திரங்கள் காலத்தால் மிகவும் பிற்பட்டவை. உருவங்கள் எண்ணற்றவை என்பதைத் தவிர அழகானவை என்று சொல்வதற்கில்லை. சித்திரக் கலையில் நிரந்தரமான புகழைத் தமிழனுக்குத் தேடித் தந்தவர்கள் அந்தப் பல்லவ மன்னன் மகேந்திர வர்மனும், சோழ சாம்ராஜ்யச் சக்கரவர்த்தி ராஜராஜனுமே.

மிகச்சிறந்த முறையில் தமிழ்நாட்டில் சித்திரக் கலை வளரவில்லை என்று குறை சொல்பவரும் கூட சிற்பக் கலையைப் பற்றிப் பேசும்போது தமிழன் வளர்த்த சிற்பக் கலையின் உன்னதத்தை வேறு எந்த நாடுமே எட்டிப் பிடிக்கவில்லை என்பதை ஒப்புக் கொள்ளுவர். சிற்ப உலகிலேயே சிறந்த புகழ்பெற்றவர்கள் கிரேக்கர்கள். அவர்கள் உருவாக்கிய சிற்பங்கள் அளவில் பெரியவை. அங்க நிர்மாணத்தில் ஒரு சிறிதும் தவறாதவை. இன்னும் முறுக்கிய நிலைகளை, நெளிவு சுளிவுகளை எல்லாம் கவர்ச்சியாகக் காட்டுபவை என்றாலும், உள்ள உணர்ச்சிகளை உருவாக்கிக் காட்டுவதில் வெற்றி பெற்றவை அல்ல. ஆனால், தமிழகத்துச் சிற்பியோ வண்ணத்தைத் தீட்டுவதிலும் சுண்ணத்தைச் சேர்ப்பதிலும் மாத்திரம் தன் திறமையைக் காட்டியவன் அல்ல. அவைகளுக்கு எல்லாம் மேலான எண்ணத்தையே உருவாக்கிக் காட்டுவதில் கைதேர்ந்தவன். 'இப்படியன், இந்நிறத்தன், இவ்வண்ணத்தன் இவன் இறைவன் என்று எழுதிக் காட்ட ஒண்ணாது' என்று சமயக் குரவர்கள் எல்லாம் கையை விரித்த காலத்திலும் தம்தம் கற்பனையினால் உருவமில்லாத கடவுளுக்கு உருவத்தைக் கற்பித்து கல்லிலும் செம்பிலும் கண்ணுதலையே உருவாக்கி நிறுத்தியவர்கள் அவர்கள். 'மண்ணினும் கல்லினும் மரத்தினும் சுவரினும் கண்ணிய தெய்வம் காட்டுநராக' சிற்பிகள் அந்தச் சங்க காலத்திலேயே இருந்திருக்கிறார்கள் என்பதை மணிமேகலை கூறும். மலைகளைக் குடைந்து குடைவரைக் கோயில்களை உருவாக்கியவன் மகேந்திர பல்லவன் என்றால், மலைகளைக் குடைவதோடு மட்டும் விட்டுவிடாமல் மேல் பகுதியையுமே வெட்டிச் செதுக்கி கல் ரதங்களையும் சிறந்த சிற்ப வடிவங்களையும் உருவாக்கியிருக்கிறான் மகேந்திரன் மகனான மாமல்லன். அவன் கலை உலகில் கண்ட கனவெல்லாம் நனவான இடம் அந்த மாமல்லபுரம். அங்குதான் எத்தனை எத்தனை சிற்பச் செல்வங்கள். கற்களையே கனிய வைத்து கோவர்த்தனதாரி, கங்காதரன், மஹிஷ மர்த்தனி, அனந்தசயனன், திரிவிக்கிரமன், அர்த்தநாரி, கஜலக்ஷ்மி, துர்க்கை என்றெல்லாம் எண்ணற்ற திருவுருவங்களை அர்த்த சித்திரங்க-

ளாக (Base relief) அமைத்திருக்கிறான் அவன். இப்படி ஏதோ தெய்வத் திருவுருவங்களை மட்டுமே அன்றைய சிற்பிகள் வடித்தார்கள் என்பது இல்லை. சிங்கமும் புலியும், யானையும் ரிஷபமும், மானும், குரங்குமே அச்சிற்பிகள் கலையில் உயிர் பெற்றிருக்கின்றன. இன்னும் சோமாஸ்கந்தரையும் விஷ்ணுவையும் பற்பல கோலங்களில் உருவாக்கியிருக்கிறார்கள். எல்லாம் காத்திரமான வடிவங்கள். உணர்ச்சிகளை உருவாக்கும் சிற்பங்கள்.

பல்லவ மன்னர்களுக்குப் பின் வந்த சோழ மன்னர்கள் இச்சிற்பக்கலை வளர்ச்சியில் எடுத்துக்கொண்ட அக்கறை இவ்வளவு அவ்வளவு என்று வரையறுத்துக் கூற முடியாது, எண்தோள் ஈசற்கு எழில் மாடம் எழுபது கட்டியதோடு அவர்கள் திருப்தி அடையவில்லை. கட்டிய கோயில்களில் எல்லாம் அற்புதம் அற்புதமான மூர்த்திகளையும் உருவாக்கி நிறுத்த அவர்கள் தவறவே இல்லை. கங்காதரர், கங்காளர், கஜசம்ஹாரர், திரிபுராந்தகர். ரிஷபவாகனர், சுகாசனர், இன்னும் நீலமேனி நெடியோன், மல்லாண்ட திண்தோள் மணிவண்ணன், நான்முகக் கடவுள் பிரமன், நர்த்தன விநாயகன், மயிலேறும் பெருமாள், முருகன் முதலிய தெய்வத் திருவுருவங்களை எல்லாம் முதலில் கல்லில் செதுக்கினார்கள். இவைகளையெல்லாம் தூக்கி அடிக்கும் வகையிலே செப்புச் சிலைகள் பலவற்றையும் வடித்தார்கள். நடராஜனை, பிக்ஷாடனனை, கஜசம்ஹாரனை, அம்பிகையை எல்லாம் நல்ல நல்ல செப்புச் சிலைகளாக வடித்தது இச்சோழர்கள் காலத்தில்தான். நாயக்கர்கள், பாண்டியர்கள் எல்லாம் அவரவர்களால் இயன்ற அளவிற்கு இக்கலை வளர்ப்பதில் தக்க ஆர்வம் காட்டியிருக்கிறார்கள்.

இச்சிற்பக் கலையில் உள்ள சிறப்பு. என்னவென்றால் அந்த அந்த வடிவங்களை உருவாக்குவதில் தமிழகத்துச் சிற்பிகள் காட்டியுள்ள கற்பனைத் திறன்தான் எங்கும் நிறைந்தவன் இறைவன், நான்கு அல்லது எட்டுத் திசைகளிலும் பரவி நிற்கிறான் அவன் என்பதை உருவகித்துக் காட்டவே அவனுக்கு நான்கு அல்லது எட்டுக் கைகளைப் படைத்திருக்கிறார்கள். அண்ட சராசரங்களை எல்லாம் ஆட்டி வைக்கிறவன் இறைவன். அப்படி ஆட்டி வைக்கிறவன் தானும் ஆடிக் கொண்டே ஆட்டினால்தான் அண்டங்கள் ஆடும் என்று சிந்தித்திருக்கிறான் ஒரு கலைஞன். அவன் கற்பனையில் உதித்திருக்கிறான் நடன ராஜன். எல்லா உயிர்களிலும் நிறைந்திருக்கிறது ஆண், பெண் என்ற தத்துவம். ஆணின்றிப் பெண்ணும், பெண்ணின்றி ஆணும் தனித்து வாழவோ உலக வளர்ச்சிக்குத் துணை புரியவோ இயலாது. இரண்டும் ஒன்றிய நிலையில்தான் உலகம் உய்யும் என்று உணர்ந்திருக்கிறான் ஒரு கலைஞன். அவன் தன் சிந்தனையில் உருவாகியிருக்கிறான் மாதிருக்கும் பாதியன். தன்னைப் படைத்த தலைவனை அறியாது உயிர்கள் எல்லாம் அவனை விட்டு விலகி ஓடும் போது அந்த உயிர்களை வழிமறித்து அவர் தம் அன்பையும் ஆணவத்தையுமே பிச்சை கேட்கிறான் இறைவன் என்று எண்ணியிருக்கிறான் ஒரு கலைஞன், அவன் எண்ணத்தில் உருவாகியிருக்கிறான் பிக்ஷாடனன். உலகெலாம். காத்தளிக்கிற பரம்பொருள் ஒன்று உண்டு. அது கண்ணைத் திறந்து சுற்றுச் சார்பிலே உள்ளத்தைப் பரவவிட்டு விடாமல் கண்ணை மூடினாலும் கருத்தை மூடாமல், உயிர்களை எல்லாம் எப்பொழுதும் கண்ணும் கருத்துமாய்க் காக்கிறான் என்று நினைத்திருக்கிறான் ஒரு அறிஞன். அந்த அறிஞன் நினைப்பிலே தோன்றியிருக்கிறான். அறிதுயி கொள்ளும் பரந்தாமன். இப்படித்தான் கலைஞர்கள் சிந்தனையில் கடவுளர் தோன்றியிருக்கின்றனர். இந்தச் சிந்தனைச் சிற்பிகளே அக்கடவுளர்களுக்கு நல்ல

நல்ல வடிவங்களையும் சமைத்திருக்கிறார்கள். தமிழனது சிற்பக் கலை ஏன் சிறந்திருக்கிறது. என்று இப்போது தெரிகிறதல்லவா? ஆம், தமிழனது எண்ணம் எல்லாம் உயர்ந்தவை. அந்த எண்ணத்தில் உருவான உருவங்கள் எல்லாம் உயர்ந்தவை. அக்கலை வளர்த்த பண்பாடெல்லாம் மிகமிக உயர்ந் தவை என்பதற்கு இன்னும் பல கூற வேண்டுமா என்ன?

16. கோயில் வளர்த்த கலைகள் - ஓவியம்

குழலும், தும்புரு நாரதர்
பாடலும் குனித்துச்
சுழலும் கொம்பனார் ஆடலும்
மூவர் வாய்த்துதியும்
விழவில் செல்வமும் சுருதியும்
திசையெலாம் விழுங்கும்
முழவம் கண் துயிலாதது
முன்னவன் கோயில்

என்று மதுரை நகரத்துக் கோயில் சிறப்பை பரஞ்சோதி முனிவர் பாடுகிறார். ஆடலும், பாடலும் சித்திரமும், கவிதையும், இசையும் கலந்திருக்கும் நிலைக்களமாக மதுரை மாநகர் பெருந்திருக்கோயில், இலங்கிற்று என்பதே திருவிளையாடற் புராணம் எழுதியவர் கண்டது. இதேநிலைதான் தமிழ்நாட்டின் எல்லாக் கோயில்களிலும்.

கோயிலை மய்யமாக வைத்தே நம் நாட்டு அழகுக் கலைகள் எல்லாம் உருவாகியிருக்கின்றன். கோயில்கள் இல்லாவிட்டால் தேவாரம், திருவாசகம் ஏது? திவ்யப் பிரபந்தப் பாடல்கள் ஏது? கோயில் என்று ஒன்று இல்லாவிட்டால் இன்னிசை எழுவது ஏது, சித்திரமும் சிற்பமும், நடனமும், நாட்டியமும் உருவாவதுதான் ஏது? நம் நாட்டு கவின் கலைகள் எல்லாமே சமயச் சார்புடையவையாகத்தான் இருந்திருக்கின்றன. அதனால்தான் அருங்கலைகளைப் பற்றி ஆராய்பவர்க்கு எல்லாம் கோயிலே நிலைக்களமாக அமைகின்றன. கோயிலைச் சுற்றி எல்லாக் கலைகளும் எப்படி வளர்ந்தன என்று நான் சொல்லப் போவதில்லை. கோயில் வளர்த்த ஓவியக் கலையைப் பற்றியே ஒரு சில வார்த்தைகள்.

தமிழ்நாட்டுக் கலைகளில் மிகவும் சிறந்திருப்பது சிற்பக் கலைதான். உலகில் உள்ள எல்லா சிற்ப வடிவங்களுக்கும் முதுகுக்கு மண் காட்டும் வகையில் சிற்பக்கலை இங்கு உருவாகியிருக்கிறது. இது சிற்பக் கலை நிபுணர்கள் எல்லோரும் ஒப்புக்கொண்ட உண்மை. இந்த அளவிற்கு ஓவியக்கலை உச்சநிலையை எய்தவில்லை என்பதும் வெள்ளிடைமலை. என்றாலும், பலரும் போற்றும் வகையில் அக்கலை உருவாகியிருக்கிறது என்பதும் மறுக்க முடியாதது. ஓவியம் என்றால் சுவர்களிலும், திரைச்சீலைகளிலும் வண்ணத்தைத் தீட்டி, வடிவங்களையும் காட்சிகளையும் வரைவதாகும். இக்கலையை மேலை நாட்டினர் மிகவும் திறமையுடன் வளர்த்திருக்கிறார்கள். பழைய இத்தாலி நாட்டிலே மைக்கேல், ஆஞ்சலோ ரப்பேல் போன்ற அரிய சித்திரக் கலைஞர்கள் இருந்திருக்கிறார்கள், பின்னரும் சர்ஜோஷுவா, ரெய்னால்ட்ஸ் போன்ற சித்ரீகரது சித்திரங்கள் எல்லாம் மேலை நாட்டு ஓவியக் கலைக்கு வளம் தருவதாகும். இந்த நிலைக்கு தமிழனோ இல்லை வேறு இந்தியனோ உயரவில்லை.

அஜந்தா ஓவியங்கள் அருமையானதுதான் என்றாலும் வாடிகான் (Vatican) மண்டபத்தை இன்று அலங்கரித்து நிற்கும் சித்திரங்களுக்கு இணையாகாதுதான். ஆயிரம் வருஷங்களுக்கு மேலாகியும் அழியாது நிற்கும் பெருமையுடையது என்பதே அஜந்தாவின் பெருமை. தமிழ்நாட்டிலோ அஜந்தா அளவிற்குக்கூட ஓவியக் கலை உருவாகவில்லை. தமிழ்நாட்டின் அஜந்தா என்று புகழ் பெற்றது சித்தன்னவாசல் ஓவியங்கள், இவைதான் தமிழ்நாட்டில் காலத்தால் முந்தியவை. தொண்டைமான் புதுக்கோட்டைப் பகுதியில் உள்ள குடைவரைக் கோயில் ஒன்றில் இச்சித்திரங்கள் எழுதப் பெற்றிருக்கின்றன. பல்லவ மன்னன் மகேந்திரவர்மன் ஆதியில் சமணனாக இருந்து பின்னர் நாவுக்கரசரால் சைவனாக்கப்பட்டவன். அவன் சமணனாக இருந்த காலத்திலே அமைந்த இந்த சித்தன்னவாசல் குடைவரையிலே தான் பல சித்திரங்கள் தீட்டப்பட்டிருக்கின்றன. குடைவரையில் உட்புறத்திலேயுள்ள விதானத்தில் சமணர்களது மோட்ச சாம்ராஜ்யம் என்னும் சாமவ சரவணப் பொய்கை தீட்டப்பட்டிருக்கிறது.

அள்ளற் பழனத்து
அரக் காம்பல் வாயவிழ
வெள்ளம் தீப்பட்டது
என வெறீ இ

என்று அன்று முத்தொள்ளாயிரக் கவிஞன் பாடினானே, அதுபோல தாமரை மலர்கள் நிறைந்த தடாகம் அங்கு புதுப்புனல் குடையும் ஆடவர் பெண்டிர் எல்லோரையும் அழியாவர்ணத்தில் எழுதி வைத்திருக்கிறான் ஓவியன். இந்த சாமவ சரவணப் பொய்கைச் சித்திரம் இன்று மங்கி வருகிறது. இங்குள்ள ஓவியங்களில் சிறப்பானவை என்று கருதப்படுபவை அங்குள்ள தூண்களிலே தீட்டப்பெற்றவைதாம். ஒரு தூணை மகேந்திரவர்மனும் அவனது துணவியரும் அலங்கரித்தால், இன்னும் இரண்டு தூண்களை நடன மாதர் இருவர் ஆக்கிரமித்துக் கொள்கின்றனர். நடனப் பெண்களில் ஒருத்தி இடக்கையை அபய முத்திரையிலும் வைத்துக் கொண்டிருக்கிறாள். அவள் காதுகளிலே இலைக் குண்டலங்கள் தொங்குகின்றன. தலையை மலர்கள் அலங்கரிக்கின்றன. அவள் ஆடும் நிலை அந்த ஆடும் பெருமானையே நினைவூட்டுவதாக இருக்கிறது. இன்னொரு நடனக்காரி அர்த்தமத்தளி என்ற முத்திரையைக் காட்டும் கைகளோடு, ஒரே ஆனந்தக் களிப்பில் ஆடிக் கொண்டிருக்கிறாள். இச்சித்திரங்கள் தாம் தமிழ்நாட்டில் காலத்தால் முந்திய சித்திரங்கள், அஜந்தா சித்திரப் பாணியில் அமைந்திருப்பவை என்று பெருமையோடு பேசுவதற்கு உரியன.

இதனை அடுத்து, பல்லவர் காலத்திலேயே உருவானதுதான் காஞ்சி கைலாசநாதர் கோயில் ஓவியங்கள். மகேந்திர வர்மனது சித்தன்னவாசல் ஓவியங்கள் ஆறாம் நூற்றாண்டைச் சார்ந்தவை என்றால், கைலாச நாதர் கோயில் ஓவியங்கள் ஏழாம் நூற்றாண்டின் பிற்பகுதியைச் சேர்ந்தவை, ராஜசிம்ம பல்லவன் கட்டிய கோயிலின் கருவறையைச் சுற்றிய சுவர்களிலே சில சித்திரங்கள் தீட்டப் பெற்றிருக்கின்றன. அவைகள் எல்லாம் மங்கி மறைந்துவிட்டன.

இரண்டே இரண்டு வடிவங்கள்தான், இப்போது. அரைகுறையாய்க் காணக் கிடைக்கின்றன. அதில் ஒன்று மலர் எந்திய கையனாய் கம்பீரமாக நிற்கும் மகாபுருஷன் ஒருவன். மற்றொன்று சோமாஸ் கந்தவடிவம். இவ்வடிவங்களில் பல பகுதிகள் சிதைந்து போயிருக்கின்றன. இந்தக் கைலாச நாதர் கோயில் சித்திரங்களுக்குப் பிந்தியவையே தென் ஆர்க்காடு

மாவட்டத்தில் உள்ள பனைமலைக் கோயில் சித்திரங்கள். அங்கு தீட்டிய சித்திரங்களில் இன்று கொஞ்சம் உருப்படியாக இருப்பது குடை பிடித்த அரசியின் வடிவம் ஒன்றுதான்.

பல்லவர் காலத்துக்குப் பின்னாலே கலை வளர்த்த பெருமன்னர்கள் சோழர்களே. அவர்கள் கவனம் எல்லாம் அரிய சிற்ப வடிவங்களை செப்புப் படிவமாக வடிப்பதிலே சென்றிருந்தது. கல்லிலும் செம்பிலும் கண்ணுதலைக் காட்ட முனைந்து வெற்றி கண்டவர்கள் அவர்கள். சோழ மன்னர்களில் தலைசிறந்தவரான ராஜராஜன் கட்டிய பெரிய கோயிலில் பெருவுடையார் கருவறையைச் சுற்றியுள்ள பிரகாரத்திலே ராஜராஜன் காலத்திலேயே அழியா ஓவியங்கள் சில உருப்பெற்றிருக்கின்றன. இந்த ஓவியங்களின் அருமை அறியாத சிலர் இச்சித்திரங்களின் மீது சுதையைப் பூசி அதன் பேரில் தங்கள் கை வண்ணத்தைக் காட்டியிருக்கின்றனர். இந்தச் சுதைகளை அகற்றியே பழைய சித்திரங்களை வெளிக்கொணர்ந்திருக்கின்றனர். இன்றைய புதைபொருள் இலாகாவினர். இவர்களை இப்பணியில் ஊக்கியவர்தான் பிரபல சரித்திர ஆசிரியர் அமரர் எஸ்.எக்ஸ்.கோவிந்தசாமிப் பிள்ளையவர்கள் சோமாஸ் கந்தர் வரலாறு சித்திரமாக உருவாகியிருக்கிறது, இன்னும் ராஜ ராஜன், கருவூர்த் தேவர், நடராஜரது வடிவம், யோக தக்ஷிணாமூர்த்தி, நடமாடும் அப்ஸ்ரசுகள், விண்ணில் இசை மிழற்றும் வித்யாதரர்கள் கின்னரர்கள் எல்லாம் உயிர் ஓவியங்களாகத் திகழ்கின்றன. இவற்றையெல்லாம் தூக்கியடிக்கும் வகையில் திரிபுராந்தகரது போர்க் கோலமும் உருவாகியிருக்கிறது அங்கே ன்பூமியையே தேராகக் கொண்டு, பிரமனையே சாரதியாக அமைத்து, கணேசனையும். கார்த்திகேயனையும் துர்க்கையையும் சேனைத் தலைவர்களாக முன் நடத்தி, கம்பீரமாக தேரில் ஆரோகணித்து வரும் திரிபுராந்தகரது வடிவம் கண்கொள்ளாக் காட்சி. இச்சித்திரம் ஒன்றுதான் மேல்நாட்டு ஓவிய விமர்சகர்களும் கண்டு அதிசயித்து நிற்கும் அழகோடு விளங்குகிறது. ஓவிய உலகில் ஒரு ஒப்பற்ற சாதனை இக்காட்சி. ராஜராஜனுக்கு முந்திய சோழ மன்னர்களும் பிந்திய சோழ மன்னர்களும் ஓவியக் கலையில் அக்கறை காட்டியவர்களாகக் காணோம்.

பல்லவர்களும் சோழர்களும் தானா ஓவியக் கலைக்கு உயிர் கொடுத்தார்கள், பாண்டியர்களுக்கு இக்கலை வளர்ச்சியில் பங்கே இல்லையா? என்று தானே கேட்கிறீர்கள். பாண்டியர்களது ஓவியங்கள் சில திருநெல்வேலி மாவட்டத்தில் திருமலைப்புரத்தில் உள்ள கோயிலில் இருக்கின்றன. அவை எல்லாம் வேடர்களின் வடிவங்களும் தாமரை மலர்களுமே. சிறப்பாகச் சொல்வதற்கு என்று ஒன்றும் இல்லைதான்.

பாண்டிய மன்னர்களுக்குப் பின்புதான் தமிழ் நாட்டின் பெரும் பகுதியை ஆண்ட நாயக்க மன்னர்கள் சிலரும் இக்கலையில் ஈடுபட்டிருக்கிறார்கள். அவர்கள் பெரிய பெரிய கோபுரங்களை எழுப்புவதிலும், பெரிய பெரிய பிரகாரங்களை அமைப்பதிலும், நூற்றுக்கால் ஆயிரக்கால் மண்டபங்கள் அமைப்பதிலுமே அக்கறை காட்டியவர்கள். மதுரை மீனாட்சி கோயிலின் சுவர் ஓவியங்கள் எல்லாம் இவர்கள் காலத்தவையே.

இன்று இந்த ஓவியக் கலை கோயில்களில் சிறப்பாக விளங்கக் காணோம். திருப்பணி நடக்கும்போது வண்ணங்களை வாரி இறைக்கக் கற்றிருக்கிறார்களே தவிர வேறு சிறப்பு மிக்க சித்திரங்கள் தீட்டக் கற்றுக் கொள்ளவில்லை. வண்ணத்தையும் சுண்ணத்தையம் கடந்து எண்ணத்தையும் புகுத்தி உருவாக்கிய சித்திரங்களே தமிழனது ஓவியக் கலையை உயர்த்துவதாகும். அந்த ஓவியங்களே நமது. கோயில்களில் உருவாகியிருக்கின்றன. கோயில்

வளர்த்த கலைகளில் சிறப்பானதொரு பங்கு இந்த ஓவியக் கலைக்கும் உண்டு என்று தெரிந்து கொண்டோமானால் அது போதும் நமக்கு.

17. தஞ்சைக் கோயில்கள்

தஞ்சாவூர் என்றால் தமிழ்நாட்டின் நெற்களஞ்சியம் என்று நாம் அறிவோம். ஆனால், அதே தஞ்சை வெறும் நெற்களஞ்சியம் மட்டுமன்று, கலைக் களஞ்சியமும் கூட என்றே சொல்ல வேண்டும். சிற்பம், சித்திரம், இசை, பரதம் போன்ற பல அரிய கலைகளை எல்லாம் வளர்க்கும் பண்ணையாகவே தஞ்சை விளங்கி வந்திருக்கிறது என்று வரலாறு கூறுகிறது. தஞ்சை மாவட்டத்திலே தடுக்கி விழுந்த இடமெல்லாம் கோயில்கள்தாம். எல்லாவற்றுக்கும் மகுடம் வைத்தாற்போல் விளங்குவது தஞ்சைப் பெரு உடையார் திருக்கோயில். அந்தக் கோயில் பிறந்த கதை சுவையானது.

இன்றைக்கு ஆயிரம் வருஷங்களுக்கு முன்பு ஒரு நாள் மாலை சோழ சாம்ராஜ்ய சக்கரவர்த்தியான இராஜராஜன் தன் தமக்கையார் குந்தவைப் பிராட்டியாருடன், நகர்ப்புறத்திலே உலாவி வரச் செல்கிறான். தான் பெற்ற வெற்றிகளையும் போர் நிகழ்ச்சிகளையும் பற்றித் தமக்கையுடன் உரையாடிக் கொண்டே நடக்கிறான் இராஜராஜன். அவற்றையெல்லாம் கேட்டு, தம்பியின் வெற்றி எல்லாம் தன் வெற்றி எனவும், சோழப் பேரரசின் வெற்றி எனவும் எண்ணிப் பெருமிதம் கொள்கிறாள் குந்தவைப் பிராட்டி. ''சேரர், பாண்டியர், பல்லவர் எல்லோரும் அடிபணிந்துவிட்டனர். காந்தளூரில் கலம் அறுத்து, பாண்டியன் அமர புஜங்களை முறியடித்து, வேங்கி நாட்டையும் கங்கபாடியையும் அடிமை கொண்டு, நுளம்பபாடியைக் கைப்பற்றி, குடமலை நாடு, கொல்லம், கலிங்கம் முதலிய பிரதேசங்களின் மீது படை கொண்டு சென்று வெற்றியைத் தனதாக்கிய தோடு அவன் நிற்கவில்லை. கடல் கடந்து சென்று ஈழ நாட்டையும் வென்று, அதனை மும்முடிச் சோழ மண்டலமாக்கி இன்னும் அலை கடல் நடுவில் பல கலம் செலுத்தி, முன்னீர்ப் பழந்தீவு பன்னீராயிரத்தையும் கைக் கொண்டு ஜயங்கொண்ட சோழனாக வல்லவா திரும்பியிருக்கிறான். தன் தம்பி'' என்றெல்லாம் இப்படி ஒரு அகண்ட தமிழகத்தையே உருவாக்கிவிட்ட தம்பியைப் பலவாறு பாராட்டிப் பேசிக் கொண்டே அவனுடன் வழி நடக்கிறாள் தமக்கை.

சற்று நேரத்தில் இருவரும் ஒரு சோலை நடுவே தனித்ததொரு கோயிலாக இருந்த தஞ்சைத் தளிக் குளத்தை அணுகுகிறார்கள். அங்கு லிங்கத் திருஉருவில் எழுந்தருளியிருந்த இறைவனை வணங்குகிறார்கள். 'விண்ணிறைந்து மண் நிறைந்து மிக்காய் விளங்கொளியாய், எண்ணிறந்து எல்லை இலாதானாகப் பரந்து நிற்கும் இறைவனுக்கா இவ்வளவு சிறிய கோயில்?' என்று எண்ணுகிறான் ராஜராஜன். அப்படியே நினைக்கிறாள் அருமைத் தமக்கையும். தம்பியை முந்திக் கொண்டு குந்தவை, ''தம்பி! உனது அகண்ட சோழ சாம்ராஜ்யத்தின் தலைநகரான தஞ்சையில் இப்படி ஒரு சிறிய கோயிலில் இறைவன் இருக்கலாமா? அது உன் புகழுக்கு ஏற்றதாகுமோ?'' என்று பேசுகிறாள். ''அப்படியேதான் நினைத்தேன் அக்கா நானும்'' என்று கூறிவிட்டு "இந்தத் தளிக் குளத்து இறைவனையே ஒரு பிரஹதீஸ்வரனாக, பெரு உடையாராக அமைத்து அந்தப் பெரிய உருவிற்கு ஏற்ற வகையில் பெரிய

கோயில் ஒன்றையும் கட்டிவிட வேண்டியதுதான்'' என்று முடிக்கிறான்.

அன்றே கோயில் கட்டும் பணி துவங்குகிறது. 800 அடி நீளமும், 400 அடி அகலமும் உள்ள ஒரு பரந்த வெளியிலே, ஒரு வாயில், மகா மண்டபம், அர்த்த மண்டபம், நர்த்தன மண்டபம், தாபன மண்டபம் எல்லாம் அமைத்து நல்ல விசாலமான கருவறை ஒன்றையும் கட்டி அதன் பேரில் 216 அடி உயரத்தில் தக்ஷிண மேரு என்னும் விமானத்தையும் உயர்த்தி அந்த விமானத்தின் பேரில் எண்பது டன் நிறையுள்ள பிரமரந்திரத் தளக் கல்லையும் பரப்பி அதன் பேரில் பொன் போர்த்த ஸ்தூபியையும் நிறுவி, கோயில் கட்டி முடிக்கிறான் ராஜராஜன். அக்கோயிலிலே 54 அடி சுற்றளவுடைய ஆவுடையாரிலே 18 அடி உயரமுள்ள லிங்கத் திருவுருவையும் பிரதிஷ்டை செய்கிறான். அத்திருஉருவை பெருஉடையார் என்றே வணங்குகிறான். இப்படித்தான் 'உள்ளுவது எல்லாம் உயர்வுள்ளல்' என்னும் பொய்யா மொழியின் வாக்குக்கு இணங்க பெருவுடையாருக்கு ஏற்ற ஒரு பெரிய கோயில் கட்டி, ஒரு அகண்ட தமிழகத்தைத் தன் ஆட்சியின் கீழ் கொண்டு வந்ததைவிட, ஒரு உயர்ந்த தமிழகத்தையே உருவாக்கியவன் என்ற புகழுக்கு உரியவனாகிறான்.

தஞ்சைப் பெரிய கோயில் தமிழ்நாடு முழுவதிலுமே சிறந்த ஒரு பெரிய கோயிலாக அன்று முதல் இன்று வரை நிலவி வந்திருக்கிறது. இப்படி ஒரு கோயில்தானா இந்தத் தஞ்சை மாவட்டத்தில்? விண் மறைக்கும் கோபுரங்களோடு கூடிய வினை மறைக்கும் கோயில்கள் நிறைந்த மாவட்டம் என்னும் புகழுக்கு உரியது இந்தத் தஞ்சை மாவட்டமே. இங்கு மூவர் முதலிகளால் பாடப் பெற்ற கோயில்கள் 160 உண்டு. அத்தோடு ஆழ்வார்களால் மங்களா சாஸனம் செய்யப் பெற்ற திவ்வியம் விளைந்த திருப்பதிகளும் 33 உண்டு. இன்னும் ஆறுபடை வீடுகளில் ஒன்றான ஏரகம் என்று கருதப்படும் கோயிலும் இந்த மாவட்டத்தில் தானே? சரயு நதிக்கரையில் பிறந்து கங்கைக் கரையில் தவழ்ந்த இராமன் வந்து நிரந்தர வாசம் செய்யும் காவிரிக் கரையில் உள்ள ராமர் கோயில்கள் எத்தனை எத்தனை. இந்தக் காவேரி தீர ரஸிகனான ராமனைக் கல்லிலும் செம்பிலும் வடித்து வைத்திருக்கும் கோலங்கள்தான் எத்தனை, சிற்பக் கலை உலகிலே பிரசித்தி பெற்ற சோழர் காலத்துச் செப்புப் படிமங்கள் {Chola Bronzes) தாம் எத்தனை. இத்தனையையும் பற்றி இன்றே உங்களுக்குச் சொல்லிவிடப் போவதில்லை நான். ஒரு சில கோயில்களை மட்டும் சுட்டிக்காட்டி விட்டு, மற்றவைகளை நீங்களே சென்று காணும் ஆவலைத் தூண்டிவிட்டு விடுவேனானால் அதுவே போதும் என்று மகிழ்வேன் நான்.

தஞ்சை மாவட்டத்தின் தனிச் சிறப்புக்குக் காரணமான தஞ்சைப் பெரிய கோயிலை விட்டு விட்டால் மற்ற கோயில்கள் எல்லாம் ராஜராஜன் காலத்துக்கு முந்தியவை, அவன் காலத்துக்குப் பிந்தியவை என்று இரண்டு பகுதிகளாகப் பார்க்கலாம். மண்ணாலும், மரத்தாலும் கட்டிய கோயில்கள் அழிந்து போய்விடுகின்றன என்பதை அறிந்த பல்லவ மன்னன் மகேந்திர வர்மன் மலைகளையே குடைந்து குடைவரைகள் அமைத்தான் என்பது வரலாறு. அவன் அடியொற்றி மலைகளையே வெட்டிச் செதுக்கி ரதங்களையும் கோயில்களையும் உருவாக்கியிருக்கிறான் மகேந்திர வர்மன் மகன் நரசிம்மவர்மன். இவர்கள் வழி வந்த ராஜசிம்மனும், பரமேஸ்வர வர்மனும், காஞ்சியில் கைலாசநாதர் கோயில், வைகுண்டப் பெருமாள் கோயில், மாமல்லையில் கடற்கரைக் கோயில்களைக் கட்டியிருக்கிறார்கள். என்றாலும் உபானம் முதல் ஸ்தூபி வரை கல்லாலேயே கோயில் கட்டிய பெருமை சோழ மன்னர்களுக்கே

உரியதாக இருக்கிறது, அப்படிக் கட்டிய கோயில்களில் ராஜராஜன் காலத்துக்கு முந்தியவை சில. அவைகளை - தஞ்சை மாவட்டத்திலுள்ளவைகளை மட்டும் முதலில் உங்களுக்கு இனம் காட்டி விடுகிறேன்.

சரித்திரக் காலத்துக்கு முற்பட்ட சங்க காலத்தில் கோச்செங்கணான் என்பவன் யானை ஏறாத் திருப்படிகள் உடைய மாடக் கோயில்கள் எழுபது கட்டினான் என்பர். எண்தோள் ஈசற்கு எழில் மாடம் எழுபது கட்டிய பெருமகன் அவன் என்று தெய்வத் திருமுறை கூறும். ஆனால், சரித்திரப் பிரசித்தி பெற்ற சோழ மன்னர்களில் விஜயாலயன், நார்த்தாமலை-யில் விஜயாலய சோழீச்சரம் கட்டினான் என்பதையும் அறிவோம். அவனே தஞ்சையில் வெண்ணாற்றங்கரையில் துர்க்கைக்கு நிசும்பசூதனி என்ற கோயில் அமைத்தான் என்பதும் வரலாறு. விஜயாலயன் மகனான முதலாம் ஆதித்தன்தான் திருப்புறம் பயத்திலுள்ள ஆதித்-தேச்சுரம் என்ற கோயிலையும் பண்டார வாடையை அடுத்த திருச்சேலூரில் தேவராயன் பேட்டைக் கோயிலையும் அமைத்தான் என்பர். இவர்களை எல்லாம்விட, கோயில் கட்-டுவதிலும் கோயில்களைப் புதுப்பிப்பதிலும், நிபந்தங்கள் ஏற்படுத்துவதிலும் மிக்க சிரத்தை காட்டியவர்கள் கண்டராதித்தனும் அவனது மனைவி செம்பியன் மாதேவியமே. திருவாரூர் அறநெறி, கோனேரிராஜபுரம் என்னும் திருநல்லம், திருமணஞ்சேரி, தென் குரங்காடுதுறை முதலிய கோயில்களேயன்றி இன்னும் பலப்பல கோயில்களைக் கட்டியும் புதுக்கியும் வைத்-திருக்கின்றனர். செம்பியன் மாதேவியின் புகழ் என்றும் சரித்திர ஏடுகளில் நிலைத்திருக்கும். அவரே ராஜராஜனை சிவபாத சேகரன் ஆக்கியவர். அவன் கட்டிய கோயிலைத்தான் அறி-வோமே.

ராஜராஜனுக்குப் பின் அவன் மகன் ராஜேந்திரனும் அவன் வழி வந்த இரண்டாம் ராஜ-ராஜன், ராஜாதி ராஜன், குலோத்துங்கன் எல்லோரும் கட்டிய கோயில்கள் இன்றும் வான-ளாவ அவர்கள் புகழைப் பரப்பிக் கொண்டிருக்கின்றன. தாராசுரம் ஐராதேஸ்வரர் கோயிலும், திரிபுவனம் கம்பஹரேஸ்வரர் கோயிலும் அவைகளுள் சிறப்பானவை. இப்படியே கோயில்க-ளின் ஜாபிதாவைக் கொடுத்து உங்களைத் திணற அடிக்க விரும்பவில்லை. காண வேண்டிய ஒரு சில கோயில்களை மட்டும் சுட்டிக்காட்டி விட விரைகிறேன்.

கும்பகோணத்தில் உள்ள குடந்தைக் கீழ்க் கோட்டம் என்னும் நாகேஸ்வர சுவாமி கோயில் ராஜராஜன் காலத்துக்கு முந்தியக் கலைக் கோயில், அங்குள்ள அர்த்தநாரி, பிக்-ஷாடனர் எல்லாம் கலைப் பிரசித்தி உடையவர்கள். அங்குள்ள நடராஜரது செப்புப் படிமம் அழகு வாய்ந்தது. கோனேரி ராஜபுரத்து நடராஜரும், திரிபுராந்தகனும் ராஜராஜன் அமைத்த செப்புப் படிமங்கள் என்று தெரிகிறது. அவைகளைக் 'காணாத கண் என்ன கண்ணே' என்-றுதான் கூறவேண்டும். தாராசுரத்துக் கோயிலில் உள்ள அன்னபூரணி முதலியோர் எல்லாம் கலை உலகில் அமரத்வம் வாய்ந்தவர்கள். அங்குள்ள சிவனது விசுவரூப தரிசனம் எங்கும் காணமுடியாத அற்புதச் சிற்பம். அங்கிருந்த சிலைகள் எல்லாம் தன் நடைபெயர்ந்து இன்று தஞ்சைக் கலைக் கூடத்தை அழகு செய்து நிற்கின்றன. திரிபுனத்திற்கும் நடையை எட்டிப் போட்டால் சரபரையும் அவர் சந்நிதியில் உள்ள ஜல பாஞ்சிகைகள் இருவரையும் தரிசிக்க-லாம். அவைகளை ஆக்கிய சிற்பிகளுக்கு வணக்கமும் செலுத்தலாம்.

கலையை மறந்து, பக்தி சிரத்தையோடு கோயில்களை அணுகுபவர்கள் என்றால் நேரே சீர்காழி சென்று சம்பந்தருக்கு அருள் செய்த தோணியப்பரையும் புள்ளிருக்கும் வேளூர்

என்று புராணப் பிரசித்தி பெற்ற வைத்தீஸ்வரன் கோயில் சென்று வைத்திய நாதனை-யும் வணங்கலாம், அவகாசம் இருந்தால் திருப்புன்கூர் சிவலோகநாதன், வெண்காடு மேவிய விகிர்தன், திருக்கடையூர் கால சம்ஹாரர் முதலியவர்களையும் கண்டு வணங்கலாம். வழியில் உள்ள திருத்தலங்களில், வேள்விக் குடியில் கல்யாண சுந்தரர், சாய்க்காட்டில் வில்லேந்திய வேலன், வழுவூரில் கஜ ஸம்ஹாரர், பிக்ஷாடனர் முதலிய அரிய வடிவங்களுக்கும் வணக்கம் செலுத்தலாம். திருவாரூரில் தியாகராஜர் சந்நிதியும் அங்கு நடக்கும் பூசை புனஸ்காரங்களும் மிகமிகப் பிரசித்தி வாய்ந்தவை ஆயிற்றே!

'என்ன, இப்படியே ஒரே சிவம் பெருக்கும் கோயில்களையே குறிக்கிறீரே' என்று நீங்கள் முணு முணுப்பது காதில் விழுகிறது. வைணவத் தலங்களையுமே பார்க்கலாம். கம்பன் பிறந்த ஊராகிய தேரழுந்தூர் ஆமருவியப்பன், திருக்கண்ணபுரத்துப் பெம்மான், கண்ணமங்கை காராளன், விண்ணகரத்து ஒப்பிலியப்பன், திருச்சேறை சாரநாதன், நாச்சியார். கோயில் நாச்-சியார் எல்லாம் கண்டு தொழ வேண்டியவர்ளே. அடடே, இந்தத் தஞ்சை மாவட்டத்தில் காவிய நாயகனாகிய ராமனுக்குத்தான் எத்தனை. எத்தனை சந்நிதிகள்! குடந்தையிலே ஒரு ராமசாமி கோயில், தில்லைவிளாகத்திலே, வடுவூரிலே, முடி கொண்டானிலே, அடம்பரிலே, எல்லாம் சர்வ அங்க சுந்தரனான ராமன் சீதா லட்சுமண சமேதனாக அல்லவா எழுந்தரு-ளியிருக்கிறான்.

இம்மட்டோ! வேளூர் முத்துக்குமரன், சிக்கல் சிங்காரவேலன், சுவாமிமலை சாமிநாதன் எல்லாம் மக்கள் உள்ளத்திலே முருக பக்தியை ஊட்டி ஒரு முருக பக்த சாம்ராஜ்யத்தையே அல்லவா உருவாக்கிவிடுகிறார்கள்! இன்னும் இங்குள்ள கோயில்களை எல்லாம் சொல்லி முடியாது. நிறைந்த அவகாசத் தோடு அங்கு சென்று, ஆர அமர இருந்து கண்டு வணங்க வேண்டும். அந்தப் பேறு எனக்குக் கிடைத்தது, என் உத்தியோக வாழ்விலே. ஆம்! ஐந்து வருஷங்கள் அல்லவா அம்மாவட்டத்தில் தங்கியிருந்து பணியாற்றியதோடு, கலை வளர்க்கும் காதலிலும் திளைத்து இருந்திருக்கிறேன். அது என் பாக்கியம் என்று நினைந்து நினைந்து மகிழ்ச்சியடைகிறேன்.

18. தமிழ்நாட்டுக் கோயில்கள்
- சில சரித்திரச் சான்றுகள்

எங்கள் ஊரில் ஒரு கோபுரம். மொட்டைக் கோபுரம் என்று அதற்குப் பெயர். நாங்கள் பள்ளிக்கூடத்தில் படித்த காலத்தில் அதை அசோகர் நாட்டிய தூண் என்று கருதினோம். எங்கள் கருத்துக்கு சரித்திரம் துணை செய்யவில்லை. அசோக சாம்ராஜ்யம் தாமிரபருணி நதிக்கரை வரை எட்டியிருக்கவில்லைதான். என் நாலும் இந்த மொட்டைக் கோபுரம் ஒரு நல்ல ஞாபகச் சின்னம். பொன் திணிந்த புனல் பெருகும் தண் பொருநை எங்கள் ஊரில் தவழ்ந்து செல்கிறது. அதன் ஒரு கரையிலிருப்பவர் மறுகரைக்குக் கடந்து செல்ல ஒரு நல்ல பாலம் ஒன்று கட்டும் வித்தார் ஒரு முதலியார், எத்தனை ஆயிரம் ஆயிரம் ரூபாய்களோ செலவு செய்து இந்தப் புண்ணிய கைங்கர்யத்தை முடித்து வைத்தார் அவர். அவருடைய ஞாபகச் சின்னமாக ஒரு கோபுரம். ஆம். மொட்டைக் கோபுரம்தான் தலை தூக்கி நிற்கி-றது. இந்த மொட்டைக் கோபுரத்தின் சிற்ப வேலையை விஸ்தரிப்பது எளிது. தரை மட்-

டத்தில் 10 அடிச் சவுக்கம். மேலே நாலு அடிச் சவுக்கம். உயரம் சுமார் 40 அடி, கல்லால் மொக்கை மொழுக்கை என்று கட்டிய ஒரு மொட்டைக் கோபுரம் அது. மொட்டைக் கோபுரத்தை அடுத்து ஒரு ஊசிக் கோபுரம், கீரைக் கடைக்கு எதிர்க்கடை என்பது போல. இந்த ஊசிக் கோபுரம் கிறிஸ்தவர்களின் ஆலயத்தின் முகப்பு வாசலில் அமைக்கப்பட்டுள்ள கோபுரம் ஆகும். வேலைப் பாடெல்லாம் என்னவோ மொட்டைக் கோபுரத்தைப் போலத்தான். 40 அடிக்கு மேலே மொட்டையாய் இருக்க வேண்டிய இடத்தில் ஒரு பிரமிட்போல 'ஒரு கோபுரத்தைக் கட்டி, இதில் மின்சார ஊசியையும் நட்டு வைத்து விட்ட காரணத்தினால், ஊசிக்கோபுரம் என்ற பெயர் நிலைத்துவிட்டது. இந்த மொட்டைக் கோபுரமும் ஊசிக் கோபுரமும் தமிழ்நாட்டில் இருபதாம் நூற்றாண்டின் சிற்ப வேலைக்கு ஒரு எடுத்துக்காட்டு! "கிறிஸ்து பிறப்பதற்கு 3000 வருஷங்களுக்கு முன்னாலேயே, உயர்ந்த நாகரிகமும் கலைப் பண்பும் பெற்றிருந்தவர்கள் தமிழர்கள். அவர்கள் எழுப்பிய கலைக்கோயில்கள் தமிழ்நாடு முழுவதும் தலைதூக்கி நிற்கின்றன" என்று பழம் பெருமை பேசுகிறோம் நாம். அத்தகைய சிற்ப வேலையோடு கூடிய சிறந்த கோயில்களையும் கோபுரங்களையும் கட்டிய தமிழரது பரம்பரையில் வந்தவன் இன்று மொட்டைக் கோபுரத்தையும், ஊசிக் கோபுரத்தையும் கட்டிய பரிதாபத்துக்கு ஆளாகிறான். இருபதாம் நூற்றாண்டின் கலைவாழ்வில் தமிழன் எவ்வளவு தாழ்ந்து போயிருக்கிறான் என்றே வருந்த வேண்டியிருக்கிறது!

மொட்டைக் கோபுரமும், ஊசிக் கோபுரமும் எப்படி 20ஆம் நூற்றாண்டின் கோயிற் சிற்பத்துக்கு சான்று பகர்கின்றனவோ அதே போல பழந்தமிழர் கட்டிய கோயில்கள் அந்த அந்தக் காலத்தின் கலை வாழ்வுக்கு அழியாத சான்றுகளாக விளங்குகின்றன. தென்னிந்திய சரித்திரத்தை உருவாக்க உதவியும் செய்கின்றன. கோயில், மூர்த்தி வழிபாடு என்பதெல்லாம் தமிழருடையதே. இயற்கையினிடத்தே ஆரியர் வழிபாடு நின்றது. வேள்வியே அவர்கள் செய்த பூசனை. தனித்தனியாக வழிபடுவதே அவர்கள் வழக்கம். புத்த, சமண சமயம் தோன்றிய பின்னர்தான் அவர்களின் துறவிகள் தங்குவதற்கு தவப் பள்ளிகளும், அப்பள்ளிகளின் பேரில் பல நிலை மாடங்களும் ஏற்பட்டன. புத்தருக்கும், அறத்துக்கும் உள்ள ஏற்றம் அறவண அடிகள் கழகத்துக்கும் உண்டு. அக்கழகத்தை ஒட்டி அறப் பள்ளி, பல நிலை மாடம், அம்பலம் முதலியன எழுந்தன. புத்தர், சமணர் இவர்களிடத்தே காணக் கிடந்த நல்ல கொள்கைகளை நம்மவர் கைக்கொண்டு, இவற்றை நமது மதத்துக்கு அடிப்படையாக்கினர். புத்தர் இருந்த இடத்தே பெருமாள் புகுந்தார். அருகர் இருந்த இடத்தே சிவபெருமான் புகுந்தார். மக்கள் இறைவனை ஒன்றுகூடி, வழிபட்டனர், கூட்ட வழிபாட்டில் கோயில் உருக்கொண்டது. கோயில்களில் கோபுரங்கள், விமானங்கள் எல்லாம் எழுந்தன. இந்த விதமாகத்தான் தமிழ்நாட்டில் கோயில்கள் உருப்பெற்றன என்று சரித்திர ஆசிரியர்கள் நிர்ணயிக்கிறார்கள். 'பிறவா பாக் கைப் பெரியோன் கோயிலும், அறுமுகச் செவ்வேள் அணிதிகழ் கோயிலும், நீலமேனி நெடியோன் கோயிலும், மாலை வெண்குடை மன்னவன் கோயிலும் காவி ரிப்பூம்பட்டினத்தில் தமிழன் கட்டிய கோயில்கள்! நுதல் வழி நாட்டத்து இறையோன் கோயிலும், உவணத் சேவல் உயர்த்தோன் நியமமும், மேழிவேலன் உயர்த்த வெள்ளை நகரமும், கோழிச் சேவல் கொடியோன் கோட்டமும்' மதுரை மூதூரில் உள்ள கோயில்கள் என்று சிலப்பதிகாரம் கூறும். சிலப்பதிகாரம் தமிழனுடைய தனி இலக்கியம். தமிழருடைய நாகரிகம் தமிழகடைய கலைவளம் எல்லாம் அந்தக் காவியத்தில் நன்கு சித்திரிக்கப்பட்டிருக்-

கின்றன. சிலப்பதிகார காலம் கி.பி. இரண்டாம் நூற்றாண்டு என்று முடிவு கட்டுகிறாகள். ஆகவே, இன்றைக்கு 1800 ஆண்டுகளுக்கு முன்னே, தமிழ்நாட்டில் எழுந்த ஒரு காவியத்தில் தமிழ்நாட்டில் அன்று சிறந்திருந்த கோயில்களை பற்றி ஆசிரியர் இளங்கோவடிகள் பிரஸ்தாபித்திருக்கிறார். ஆனால், இந்த இலக்கியக் கோயில்களில் பல இன்று காணக் கிடைக்கவில்லை, காரணம், அதை மரத்தாலும், சுதையாலும், செங்கல்லாலும் கட்டப்பட்டு காலகதியில் அழிந்து போயிருக்க வேண்டும் என்றே கருத வேண்டியிருக்கிறது.இன்று நாம் காணும் தென்னிந்தியக் கோயில்களில் மிகவும் புராதனமானது, பல்லவ அரசர்கள் மலைகளைக் குடைந்து அமைத்த குடைவரைக் கோயில்களே. மாமண்டூர், மகேந்திரவாடி, சிங்கவரம் முதலிய ஊர்களில் காணும் விஷ்ணு கோயில்களும், சீயமங்கலம், பல்லாவரம், தளவானூர், திருச்சிராப்பள்ளி முதலிய இடங்களில் காணும் சிவன் கோயிலும், மண்டகப்பட்டில் காணும் திருமூர்த்தி கோயிலும், சித்தன்னவாசல் சமணர் கோயிலும், பல்லவச்சக்கரவர்த்தியான மகேந்திரவர்மன். உருவாக்கியவை. “மரமும், செங்கல்லும், இரும்பும், சுண்ணாம்பும் இல்லாமல் கட்டிய கோயில்கள் இவை” என்று ஒரு கல்வெட்டில் இக்குடைவரைகளைப் பற்றிப் பிரஸ்தாபிக்கின்றான் அவன். இந்த மகேந்திர வர்மனின் மகன்தான் மகாபலிபுரத்துக் கற்கோயில்களை நிர்மாணித்த முதலாம் நரசிம்மன். தன் தந்தை கண்ட கலைக் கனவுகளையெல்லாம் நனவாக்கியவன். மலையைக் குடைந்து குடைவரைக் கோயில்கள் அமைத்தோடு மட்டும் நில்லாமல், மலைகளையே வெட்டிச் செதுக்கி, பிரம்மாண்டமான கோயில்களையும் கோபுரங்களையும் சிருஷ்டித்து இருக்கிறான். மாமல்லபுரத்து ‘ஏழு ரதக் கோயில்கள்’ இவன் செய்த கோயிற் சிற்பம் ஆகும். அவைகளின் புகழோ அழியாப் புகழ். இவன் கால்வழி வந்த இரண்டாம் நரசிம்மவர்மனே, ராஜசிம்மன் என்ற பெரும் புகழ் படைத்தவன். கல்லும் சுண்ணாம்பும் கொண்டு கோயில்களைக் கட்ட ஆரம்பித்தவனும் இவனே. இவன் கட்டிய கோயில்தான் இன்று காஞ்சியில் நாம் காணும் கைலாசநாதர் கோயில், தமிழர். கோயிற் சிற்பத்தின் முதற்படியும் இதுதான். மலைகளைக் குடைந்தும், பாறைகளைச் செதுக்கியும் கல்லால் எழுப்பியும் கோயில் கட்டினார்கள் இப்பல்லவ அரசர்கள். பெருங்கற்களைக் கொண்டு எழுப்பிய கோயில்கள் 7 முதல் 9ஆம் நூற்றாண்டு வரை தமிழர் கண்ட கோயிற் சிற்பம் ஆகும்.

ஒன்பதாம் நூற்றாண்டிற்குப் பின்னால், தென்னிந்தியக் கோயிற் சிற்பத்தில் பல மாறுதல்கள் ஏற்பட்டிருக்கின்றன. பல்லவ சாம்ராஜ்யத்துக்குப் பின் எழுந்த சோழ சாம்ராஜ்யம் தமிழருடைய வாழ்விலேயே ஒரு முக்கியமான காலம். சோழ அரசர்கள் கட்டிய கோயில்கள் எல்லாம் பிரமாண்டமானவை. அலங்காரமான தூண்கள். அகலமான மண்டபங்களைத் தாங்கி நின்றன. தூண்களின் பீடங்களிலும் பொதிகைகளிலும், விசித்திர வேலைப்பாடுகள் செய்யப்பட்டன. பெரிய பெரிய வாயில்களையும், மாடக் குழிகளையும் சுற்றி நுணுக்கமான சிற்ப வேலைகள் காணப்பட்டன. கோபுரங்களை விட, விமானங்களுக்குத்தான் பிரதானம் கொடுக்கப்பட்டது. தஞ்சையிலும் கங்கை கொண்ட சோழபுரத்திலும் திரிபுவனத்திலும் எழுந்த கோயில்கள் இந்தச் சோழர் காலத்துக் கற்பணிகள்தாம்.

சோழ அரசர்கள் தமிழ்நாட்டில் எடுப்பித்த கோயில்களுள் சிறந்து விளங்குவது முதலாம் ராஜ ராஜன் தஞ்சையிலே அமைத்த பெரிய கோவில் ஆகும். இந்த ராஜராஜன் கி.பி.985 முதல் 29 ஆண்டுகள் சோழ சாம்ராஜ்யத்தைப் பரிபாலித்திருக்கிறான், ராஜராஜன் கட்டிய

பெரிய கோயில் ராஜராஜேச்வரம் என்று அன்று முதல் இன்றுவரை வழங்கப்படுகிறது. கோயிலைச் சுற்றி அகழியும், மதிலும் அழகு செய்கின்றன. உட்கோயிலானது, இறைவன் சந்நிதியான கர்ப்பகிருகம், அர்த்த மண்டபம், மகா மண்டபம், ஆஸ்தான மண்டபம், நர்த்தன மண்டபம், வாத்திய மண்டபம் என்று ஆறு பகுதிகளை உடையதாயிருக்கின்றது. கோயி-லுள்ள வாயில்களில் எல்லாம் 18 அடி உயரமுள்ள துவார பாலகர் நான்குபேர் காவல் புரிகிறார்கள், கோயிலின் கர்ப்பக்கிருகத்துக்கு மேலேயுள்ள அழகிய விமானம் சதுர வடிவ-மானது. பதின்மூன்று மாடிகள் கொண்டது. இது 'தட்சிணமேரு' என்றே அழைக்கப்படுகிறது. உச்சியில் சதுர வடிவமான பிரமரந்திரத் தளக் கல்லும், அதன் மேல் கலசமும், பொன் போர்த்த ஸ்தூபியும் அமைக்கப்பட்டிருக்கின்றன. பிரமரந்திர தளக்கல் ஒரே கருங்கல். 26 அடி சதுரமுடையது. நிறை 80 டன். இதனை, தஞ்சைக்கு நான்கு மைலுக்கு அப்பாலுள்ள சாரப்பள்ளம் என்ற கிராமத்திலிருந்தே சாரம் போட்டு இச்சிகரத்தில் ஏற்றியிருக்கிறார்கள். ராஜராஜன் அளவு கடந்து சைவப்பற்று உடையவன் என்றாலும் விசாலமான மதக் கோட்-பாடும் உடையவன். இதை நாம் கோயில் விமானங்களிலும் மற்றும் பல பாகங்களில் காணும் சைவ வைஷ்ணவ பௌத்த உருவச் சிலைகள், சிற்ப வடிவங்கள் ஆகிய வற்றிலும் அறிகி-றோம்.

இராஜராஜனுக்குப் பிறகு, அவன் மைந்தன் ராஜேந்திரன் (கி.பி. 1014 - 1048) தலை நகரையே தஞ்சையிலிருந்து கங்கை கொண்ட சோழபுரத்துக்கு மாற்றியிருக்கிறான். கங்கை கொண்ட சோழீச்சரம் என்ற கோயிலை அங்கே நிறுவி, அப்பனுக்கு மகன் சளைத்த-வனில்லை என்று காட்டியிருக்கிறான். இவர்களின் பின் வந்த சோழ அரசர்களும் தம் முன்-னோர் செய்து வந்த நற்பணிகளைத் தொடர்ந்தே நடத்தியிருக்கிறார்கள். சதுர்வேத மங்கலம், ஜயங்கொண்ட சோழபுரம், தாராசுரம் முதலிய ஸ்தலங்களில் உள்ள கோயில்கள் இவர்கள் செய்த சேவைக்குச் சான்று பகர்கின்றன.

பன்னிரண்டு, பதின்மூன்றாம் நூற்றாண்டுகளிலும் சோழ அரசர்கள் தங்கள் கற்பணி-களைக் கைவிட வில்லை. இந்தக் காலத்தில் கட்டிய கோயில்களில்தான் கோபுரங்கள் பிரம்மாண்டமான. உயரத்தில் கட்டப்பட்டன. விமானங்கள் உருவத்திலும் உயரத்திலும் குறைந்தன. மனிதனது சிந்தனை எப்படி வானளாவி உயர்ந்ததோ, அப்படித்தான் கோபு-ரங்களும் வானளாவி எழுந்தன. தாமரை மலர் போலெல்லாம் தூண்களில் பொதியல்கள் செதுக்கப்பட்டன. பீடங்களில் எல்லாம் மெடுத்த நாக உருவங்கள் காட்சி அளித்தன. சிதம்-பரம் நடராஜர் கோயிலின் சில பாகங்களும், திருவண்ணாமலைக் கோயிலும் இந்தக் காலத்-தில் கட்டப்பட்டவையே. முந்திய சோழர் புதிய புதிய கோயில்களை நிர்மாணித்தால், பிந்திய சோழர் பழைய கோயில்களைப் புதுக்கி ஜீரணோத்தாரணப் பணி புரிந்தார்கள். எல்லா வகை-யிலும் சோழர்கள் தென்னிந்திய கோயிற் சிற்பத்தை உருவாக்குவதில் எடுத்துக் கொண்ட பங்கு, தமிழர்களுக்குப் பெருமை அளிப்பதாகவே அமைந்தது.

இனி நாம் தென்னிந்திய கோயிற் சிற்ப வளர்ச்சியில் ஒரு முக்கியமான காலத்திற்கு வருகிறோம். விஜயநகரத்து மன்னர்கள் தமிழ்நாட்டை ஆண்ட காலத்து அவர்கள் செய்த ஆலயப் பணிகள், அவர்களுடைய சிற்பத் திறத்திற்கும் கடவுள் பக்திக்கும் அழியாத சான்று பகர்வதாகும். பெரிய பெரிய மண்டபங்களும் அவைகளைத் தாங்கி நிற்கும் தூண்களும் சித்-திரவேலைப்பாடுகள் நிறைந்ததாயிருந்தன. ஆயிரக்கால் மண்டபம், வசந்த மண்டபம், அஷ்ட

சித்தி மண்டபம், நீராழி மண்டபம் முதலியவை எழுந்தன. நீண்ட அகன்ற தாழ்வாரங்கள் அலங்காரமாகக் கட்டப்பட்டன. கோபுரங்களிலும், தூண்களிலும் சிற்ப உருவங்கள் அமைக்கப்பட்டன. பொதியலில் இருந்த தாமரை மலர்களில் வாழைப் பூக்கள் தொங்கின. மதுரையிலும் ராமேஸ்வரத்திலும் திருநெல்வேலியிலும். இன்று காணக் கிடைக்கும் கோயில்கள் எல்லாம் இந்த நாயக்க மன்னர்களால், 16,17ஆம் நூற்றாண்டுகளில் கட்டப்பட்டவையே. இவற்றில் சிற்பக் கலையழகில் சிறந்து விளங்கும் கோயில்கள் மதுரை மீனாட்சி கோயிலும், கிருஷ்ணாபுரத்து திருவேங்கட நாதர் கோயிலும்தான். கோயில் அமைப்பும் கோபுரங்களின் அமைப்பும் ஒருபுறமிருக்க இந்த ஸ்தலங்களில் உள்ள சிற்பங்கள் உயிரோவியங்களாக உள்ளத்தைக் கொள்ளை கொள்கின்றன. கடவுளின் பெருமையையும், தெய்வீகத்தையும் பக்தர்களின் உள்ளங்களில் பதிய வைக்கத்தக்க சிலைகளைச் சிற்பிகள் செதுக்கி வைத்தார்கள். கிரேக்க சிலைகள் அழகு வாயந்தவைதாம். எகிப்திய சிலைகள் இற்கைக்கு முரண்படாதவைதாம். ஆனால், சிந்தனை தோய்ந்த சிலைகளைத்தான், தமிழ்நாட்டுச் சிற்பிகள் சிருஷ்டித்தார்கள். ‘குனித்த புருவமும், கொவ்வைச் செவ்வாயில் குமிண் சிரிப்பும்’ உடைய நடராஜரது சிலையிலேதான் எவ்வளவு வசீகரம்! தட்சிணாமூர்த்தியின் மௌன உருவிலேதான் எத்தகைய கம்பீரம்! எத்தகைய அமைதி! வீரபத்திரன் உருவத்தில்தான் எவ்வளவு கோபம்! உள்ளத்தில் எழும் உணர்ச்சிகளை எழுத்தில் வடித்து கவிதையை உருவாக்கினால், அதே உணர்ச்சிகளைக் கல்லிலல்லவர் காட்டுகிறான் தமிழ்நாட்டுச் சிற்பி. கல் சொல்லும் கவிதையைக் கண்ணால் பார்க்கிறோம்; கலைச் செல்வம் நிரம்பிய தமிழ்நாட்டில் தமிழனாய்ப் பிறந்தோமே என்று மனம் பூரிக்கிறோம்.

கடைசியாக ஒரு வார்த்தை: எத்தனை எத்தனையோ மன்னர்கள், எவ்வளவோ பொன்னையும் பொருளையும் அள்ளி அள்ளிக் கொடுத்து கோயில்களைக் கட்டி கலை வளர்த்தார்கள். ஆனால், பொன்னும் மணியும் இல்லாமல் மண்ணும் மணலுமில்லாமல், ஒரு பக்தர் ஒரு பெரிய கோயிலைக் கட்டுவித்தார் தம் மனத்துள்ளேயே. அவர்தான் திருநின்ற ஊரில் தோன்றிய பூசலார் நாயனார். காஞ்சிபுரத்தில் ராஜசிம்மன் கட்டிய கோயிலில் இறைவனைப் பிரதிஷ்டை செய்யவிருந்த அதே முகூர்த்தத்தில் இறைவன் பூசலார் மனத்துள் கட்டிய கோயிலில் எழுந்தருளப் போய்விட்டார். பூசலார் உள்ளத்தில் நினைத்து நினைத்துக் கட்டிய கோயில், காடவர் கோன் பொன்னாலும் மணியாலும் கட்டிய கோயிலைவிடச் சிறந்த கோயிலென்றே இறைவன் கண்டான். கலை வாழ்வை அறியாத நாமும், மொட்டைக் கோபுரத்தையும் ஊசிக் கோபுரத்தையும் கட்டுவதைக் காட்டிலும் பூசலாரைப் போலவே, உள்ளத்துக்குள்ளேயே பெரிய பெரிய கோயில்களை எழுப்பலாம். ‘இலங்கும் உயிரனைத்தும் ஈசன் கோயில்’ என்று பாடித்தானே நமது முன்னோர் நமக்குப் பக்தியைப் புகட்டி வைத்திருக்கிறார்கள்.

www.ingramcontent.com/pod-product-compliance
Lightning Source LLC
LaVergne TN
LVHW091532200926
848483LV00002B/377